THÁI HÙNG TÂM

MARKETING
Trong
Thời đại NET

***

Nhóm Tác giả Vầng Trăng Việt thực hiện

THÁI HÙNG TÂM

MARKETING
Trong
Thời đại NET

Tạo thành niềm tin Thương hiệu
từ sự Đồng tình của Đối tượng Tiềm năng

Ấn bản 2015
Cập nhật, chỉnh sửa hoàn thiện
với một chương mới: Solomo Marketing

Think of It.

Nhà xuất bản CreateSpace
Cty TNHH Sáng tác & Tư vấn **Vầng Trăng Việt** ấn hành
© 2015 Thái Hùng Tâm
http://thaihungtam-blog.blogspot.com/

CÁC CHƯƠNG TRONG SÁCH

Lời giới thiệu

Môi trường Internet bùng phát mạnh mẽ trong thời gian qua đã làm thay đổi hoàn toàn bộ mặt của Marketing và Quảng cáo trong những năm đầu thiên niên kỷ mới. Sức mạnh của Quảng cáo Đại chúng vẫn còn đó nhưng không còn tuyệt đối như ngày nào và thực tế này đang tác động mạnh mẽ đến môi trường marketing của các công ty khổng lồ với sức mạnh tài chính vô hạn. Thực tế này cũng là một chỗ trú marketing (marketing niche) an toàn cho các công ty nhỏ hơn với tiềm lực tài chính hạn chế hơn.

Tạo thành Niềm tin Thương hiệu và giành được sự đồng tình của các đối tượng tiềm năng là cốt lõi của vấn đề. Hiểu và nắm rõ được giá trị của sự Đồng tình của các đối tượng tiềm năng, những người làm marketing sẽ có được trong tay một lợi khí mạnh mẽ để tạo thành uy tín cho sản phẩm và một cổ phần thương hiệu được chấp nhận rộng rãi.

Bởi sức mạnh của marketing và quảng cáo đại chúng vẫn còn đó nên chúng ta, những người làm marketing và quảng cáo, không thể bỏ qua bước marketing quấy rối đầu tiên để tạo thành nhận thức trong các giới đối tượng tiêu dùng. Bước đầu là sử dụng marketing và quảng cáo đại chúng với những thuộc tính đồng tình để giành lấy những nhận thức đầu tiên trong tâm trí của người tiêu dùng, để chuyển người xa lạ thành các đối tượng tiềm năng. Và rồi các bước của các cấp độ đồng tình tiếp theo sẽ dần chuyển các đối tượng tiềm năng thành khách hàng và cuối cùng trở thành bạn hữu của thương hiệu. Nhận được sự đồng tình của người tiêu dùng với các bước marketing của mình chính là sự khác biệt và là sức mạnh của Marketing Đồng tình.

Nguyễn Nam Trung

LỜI NÓI ĐẦU

Marketing ngày nay đã trở thành một khoa học với những nguyên tắc, giáo điều, lớp lang và thứ tự. Sự phát triển đến những cấp độ cao nhất của truyền thông với sự phát triển của mạng Internet, mọi công nghệ tương tác như cùng nhau làm cho công việc marketing càng lúc có vẻ càng dễ dàng hơn. Nhưng rồi mọi thứ... bỗng trở thành rối ren đến mức hỗn độn.

Mọi người, ai cũng như ai đều đổ tiền vào marketing. Họ quảng cáo, hoạt động cổ động bán hàng, phát hàng mẫu, khuyến mãi, tổ chức các cuộc thi, v.v... và rồi chờ đợi trong hồi hộp. Không có gì để bảo đảm chắc chắn là mãi lực sẽ tăng trưởng, và nếu có tăng trưởng thì cũng không chắc đã bảo đảm được lợi nhuận đủ để bù đắp cho những chi phí đã phải bỏ ra. Mọi người, từ các công ty khổng lồ với hàng trăm năm di sản kế thừa cho đến những công ty mới xuất hiện đều làm như nhau, như những gì đã được học tập, đã trải nghiệm, đã kinh qua và rồi chờ đợi... chờ đợi xem những gì sẽ đến - lợi nhuận hay...?

Những người làm marketing, ngay cả của các công ty khổng lồ với ngân sách marketing gần như không giới hạn cũng bắt đầu cảm thấy áp lực của sự hạn chế. Họ không thể làm đến hàng chục lần marketing thử nghiệm như mong muốn, và với chỉ một vài hay năm bảy cuộc thử nghiệm thì không đủ để họ có thể chắc chắn vào một thành công như những ngày nào nữa. Quảng cáo chỉ trên một vài đài truyền hình thôi là hoàn toàn không đủ, một ngày năm bảy lần cũng không thể chắc là đã đủ để mang lại thành công. Hàng chục và ngay cả có thể là hàng trăm công ty lớn khác cũng làm như họ, hàng ngàn và thậm chí hàng trăm ngàn công ty thách thức và theo đuổi khác cũng làm như họ. Mọi người, ai cũng bị tác động bởi thành công của người khác, những thành công được lan truyền, được bàn tán ở khắp nơi. Tự nhiên thành công trở thành một thứ gì đó hiếm hoi, hàng triệu triệu người làm và chỉ có một số quá nhỏ trong đó đạt đến được thành công.

Cái thời mà marketing còn được xem như là một nghệ thuật đã qua, sự sáng tạo dường như không còn chỗ đứng trong môi trường marketing ngày nay. Sáng tạo không là chưa đủ để vượt qua đám mây mù marketing hỗn độn của thời đại truyền thông, chúng ta cần phải có hàng đống tiền để có thể tạo được một sự chú ý. Và khi chi phí đã là khổng lồ đến mức thì không còn một điều gì có thể bảo đảm cho lợi nhuận như mong muốn.

Mọi người làm Marketing, Quảng cáo trong đầu thiên niên kỷ mới đều đang bì bõm trong một vũng bùn chung, không ai có thể nhảy vọt lên cao và lâu đủ để hơn hẳn một ai khác. Ai cũng có thể nói là mình đang sáng tạo, mình đang xây dựng, mình sẽ thành công nhưng họ vẫn biết - chỉ có thực tế lợi nhuận mới đích thực là điều có thể chứng thực cho những gì chúng ta mong muốn.

Mọi người đều ngấm ngầm trông ngóng vào một điều gì đó mới mẻ, một điều gì đó có thể giúp cho chúng ta vượt qua đám mây mù marketing hỗn độn hiện nay. Cuốn sách này sẽ đem lại chúng ta những gì mới mẻ đó - trước hết, đó là **Marketing Đồng tình** (*Permission Marketing*). Một ý thức marketing được **Seth Godin**, một tác giả, một người làm marketing nổi tiếng. Và sau nữa là **SoLoMo Marketing**, một hỗn hợp marketing được phát triển trong những năm đầu thập niên 2010.

Các công ty trên toàn thế giới rồi sẽ nhanh chóng quen thuộc với những khái niệm marketing được trình bày trong sách này. Những người làm marketing và bán hàng ở khắp nơi rồi sẽ nói với nhau về những nguyên tắc đã trở thành thông dụng của Marketing trong Thời đại Net và làm sao để ứng dụng tốt nhất những khái niệm này cho việc kinh doanh.

Chúng ta hãy xét lại ngay từ chính bản thân cuộc sống hàng ngày của mình và rồi sẽ thấy những dự kiến này là hoàn toàn có cơ sở. Vấn nạn chính trong cuộc sống hiện đại ngày nay là Thời gian. Việc sống trong những ngày hôm nay của chúng ta dễ dàng hơn nhiều so với cha ông của chúng ta ngày trước, hầu như mọi công việc bận bịu lặt vặt trong cuộc sống hàng ngày đã được các loại máy móc đủ kiểu chu toàn cho chúng ta. Nhưng tại sao, vì lý do gì mà cuộc sống của chúng ta lại càng lúc càng có vẻ trở nên bận rộn hơn nữa và hơn nữa?

Tại sao lại có thể như thế? Đơn giản thôi, bởi ngày nay chúng ta có quá nhiều thứ cần phải lưu tâm đến. Vô số những sự việc nẩy sinh hàng ngày nuốt hết thời gian của chúng ta. Ngân quỹ thời gian của chúng ta như bị vắt kiệt với công việc, tìm hiểu, ứng dụng cùng lúc với vui chơi giải trí... rồi mỗi ngày, những sự việc phát sinh lại càng lúc càng nhiều thêm. Vậy nếu chúng ta muốn dành ra dù chỉ một ít thời gian để lên mạng, vấn đề sẽ là chúng ta dành thời gian nào và ở đâu ra cho nhu cầu này?

Chúng ta sẽ phải chọn lọc, dành ra một khoảng thời gian nào đó cho công việc này. Thay vì xem truyền hình, trả lời thư điện tử, đi đâu đó hay chơi với các con, chúng ta phải quyết định không làm một điều gì đó để có thể có thời gian dành cho ý muốn lướt mạng này của chúng ta.

Hãy đối mặt với điều này: sự quan tâm của chúng ta - thời gian mà chúng ta dành cho sự quan tâm này là một nguồn càng lúc càng khan hiếm. Và trong bất cứ một nền kinh tế nào, những gì khan hiếm cũng luôn đắt đỏ.

Đối với hầu hết chúng ta, vấn nạn này chỉ đơn giản là một vấn đề phải giải quyết. Đối với Marketing thì khác, sự thiếu thốn này tạo thành những cơ hội marketing.

Ý tưởng căn bản của Marketing Đồng tình là hết sức đơn giản: Mỗi một người trong chúng ta được sinh ra trên cõi đời này chỉ với một số lượng thời gian nhất định, việc hình dung ra phải sử dụng thời gian của chúng ta ra sao cho hiệu quả là một trong những hoạt động chủ yếu của con người hiện đại. Phải "quan tâm" đến một thứ gì đó - bất cứ gì - trên thực tế là một hoạt động ý thức cần đến nhưng nỗ lực suy nghĩ phân minh. Bởi vậy để có được sự quan tâm này và bán được một thứ gì đó cho một người tiêu dùng trong tương lai, chúng ta cần phải đạt được sự *đồng tình* dành thời gian ra từ các đối tượng tiềm năng trước đã. Chúng ta sẽ thực hiện việc này với một hứa hẹn với người tiêu dùng qua một cuộc đối thoại - một mối giao tiếp tương tác hai chiều, giữa chúng ta, những người làm marketing, và người tiêu dùng. Thay vì *quấy rối* bằng một chương trình truyền hình với quảng cáo, hay quấy rối vào cuộc sống của người tiêu dùng với một cuộc điện đàm hay một lá thư bán hàng không được mong đợi, những người làm marketing của tương lai, trước hết, sẽ nỗ lực để đạt được sự đồng tình hòa nhập của người tiêu dùng vào quá trình marketing và bán hàng. Có thể người tiêu dùng sẽ đồng tình với chúng ta vì anh hay cô ta đang muốn tìm hiểu thêm về sản phẩm, về loại sản phẩm chuyên biệt mà chúng ta đang chào bán hay… cũng có thể vì chúng ta giao kết sẽ mang lại một tiện ích đáng quan tâm!

Trong một thế giới không có cơ hội tương tác, mong muốn trên có thể bị xem như một sự mê cuồng, phi thực tế của một gã làm marketing không tưởng. Nhưng thời đại của tính tương tác đã đến và nó đã đến một cách thật bất ngờ, sẽ tác động làm thay đổi hoàn toàn những lề luật marketing truyền thống đang hiện hữu.

Công nghệ tương tác đến và tác động đến việc kinh doanh theo hai cách. Một mặt, bởi người tiêu dùng ngày nay có thể tiếp cận dễ dàng và thuận tiện hơn với các nguồn thông tin hơn bao giờ hết - chúng ta, những người làm marketing ngày nay, có cảm tưởng những sản phẩm tương tự như của mình đang tràn ngập và điều này tác động đến việc định giá và làm cho mức lợi nhuận càng lúc càng thu hẹp. Người ta hoàn toàn có thể dễ dàng mua một món hàng nào đó qua mạng rẻ và thuận tiện hơn là giao dịch với các đại lý. Một điều đáng phấn khởi cho người tiêu dùng nhưng đối với người kinh doanh lại có nghĩa là tỷ lệ lợi nhuận sẽ teo nhỏ và lòng trung thành của khách hàng dường như biến mất.

Nhưng tính tương tác cũng cùng lúc tiếp sức để một công ty có thể giao kết với khách hàng của họ với một cuộc đối thoại cá nhân, phát triển mối quan hệ giữa họ với nhau càng lúc càng bền vững. Chiến lược này không chỉ bảo vệ cho sản phẩm của một công ty không trở thành hàng hóa phổ thông, nó còn là một dịch vụ giá trị đối với người tiêu dùng - một dịch vụ còn đáng giá hơn là đạt được những sản phẩm tiên tiến với giá hợp lý nhất trong các loại sản phẩm phổ thông.

Giao kết với người tiêu dùng trong một cuộc đối thoại là việc mà những người kinh doanh của những ngày xưa cũ vẫn làm - những ngày trước khi sản xuất dây chuyền, phân phối đại trà và quảng cáo truyền thông đại chúng bùng nổ. Trong những ngày xa xưa đó, bán hàng là một quá trình ân cần và nhu hòa hơn được đặt trên căn bản đồng lòng hợp tác của người tiêu dùng. Và rồi sự ra đời của một nền kinh tế sản xuất đại trà đã làm thay đổi phương cách bán hàng xưa cũ đó. Nền kinh tế mới được xác định bằng dây chuyền sản xuất và những sản phẩm tiêu chuẩn hóa, phân phối rộng rãi các sản phẩm này đến người tiêu dùng trên một vùng địa lý rộng lớn với những thông điệp quảng cáo được truyền đi khắp nơi qua các loại phương tiện truyền thông đại chúng. Trong các điều kiện đó, không ai có thể cưỡng lại sức hấp dẫn của hiệu quả chi phí trong việc truyền đi một thông điệp đến với gần như mọi người tiêu dùng có thể có được.

Ngày nay, công nghệ tương tác lại một lần nữa chứng minh tính hiệu quả chi phí của nó trong việc thực hiện đối thoại cá nhân với từng người một và với hàng triệu người tiêu dùng ở khắp mọi nơi trên thế giới.

Công nghệ tương tác cho phép người làm marketing có thể giao kết không tốn kém bao nhiêu với người tiêu dùng trong các mối quan hệ một đối một, qua các cuộc giao tiếp trực tiếp được thực hiện với các cú nhấp chuột hay bàn phím máy tính. Điểm chính là, một lần nữa, người tiêu dùng lại được bao gồm vào trong quá trình marketing - một quá trình mà người làm marketing hỗ trợ người tiêu dùng để mua và người tiêu dùng lại hỗ trợ lại người làm marketing để bán.

Là một công ty, nếu thực hiện tốt, cuộc đối thoại và sự bao gồm khách hàng vào quá trình marketing sẽ dẫn đến lòng trung thành của khách hàng, một tiện ích dành cho chính khách hàng đó. Khách hàng càng hòa nhập vào quá trình, họ lại càng cộng tác với chúng ta sâu hơn nữa để cùng nhau tạo thành dịch vụ hay sản phẩm được cung ứng.

Đối với việc kinh doanh, nỗ lực này có vẻ như một cố gắng chỉ để bán thêm một phần giá trị nữa của hàng hóa. Đúng như vậy, nhưng không còn cách thay thế nào khác nữa ở đây, bởi vì nền kinh tế sản xuất đại trà không còn chứng tỏ được sức mạnh nữa. Thời đại tập trung vào sản xuất đã qua, thời tập trung vào khách hàng đã đến.

Là một người tiêu dùng, chúng ta đã tạo thành một thói quen không ngừng mở rộng thế giới quan của mình đến với những sản phẩm mới, những khuyến dụ nhất thời, những nỗ lực cổ động khuyến mãi và bảo hành. Đó là nền kinh tế sản xuất đại trà được đẩy cho đến chỗ cực độ thực tế của nó - mọi công ty đều nỗ lực để giành thêm khách hàng cho vô số những sản phẩm và dịch vụ sáng tạo và chuyên biệt hơn của họ. Để bán cho được những kho sản phẩm khổng lồ của họ, mọi người làm marketing đều sục sạo cho đến từng phân vuông không gian một, từng giây thời gian dư ra một để tống các thông điệp marketing của họ vào mọi xó xỉnh, ngóc ngách có thể với hy vọng là chúng ta sẽ đọc. Vì vậy, là một người tiêu dùng, cuộc sống của chúng ta ngày nay bị tràn ngập với đủ mọi thứ thông điệp quảng cáo đến mức lòng tin lay động... và tất cả các thông điệp đó chỉ yêu cầu cho được những quyết định từ chúng ta cho dù chỉ là quyết định nhìn qua những thông điệp đó. Mọi giây thời gian rỗi rảnh của chúng ta bị các người làm marketing xem là cơ hội của họ để gây rối và giành lấy sự quan tâm của chúng ta.

Những người làm marketing muốn căng bằng được những thông điệp quảng cáo của mình ra trước mắt các đối tượng tiềm năng. Họ phải đạt được điều này chỉ vì muốn tồn tại. Vấn đề đáng nói ở đây là - người tiêu dùng có muốn bị quấy rối như vậy hay không?

Tính tương tác cho phép một công ty loại bỏ đi chu kỳ quấy rối không đáng có này. Với các công nghệ tương tác hiệu quả đã phổ biến qua mạng Internet, qua điện thoại di động hay các trang mạng xã hội, các công ty ngày nay có thể trấn tĩnh lại và giành lấy sự đồng tình của khách hàng để họ chú tâm đến thông điệp bán hàng của mình. Một công ty có thể hỏi trực tiếp một khách hàng xem họ có cần thêm thông tin hay không và rồi trao cho họ. Một công ty có thể tưởng thưởng cho một khách hàng vì đã tiếp nhận thông điệp của mình, bảo đảm rằng sự quan tâm của khách hàng đã được phục vụ qua việc hiểu thêm về sản phẩm hay dịch vụ.

Có rất nhiều cách để làm được điều này. Một phiếu giảm giá hay một phần thưởng khích lệ. Chơi một trò chơi. Thu thập điểm thưởng... Nhưng cho dù chúng ta làm gì, bằng cách nào đi nữa, một khi chúng ta đã đạt được sự đồng tình từ đối tượng tiềm năng - chúng ta đã giành được một tài sản giá trị, một tài sản mà không một đối thủ cạnh tranh nào có thể tước đoạt đi. Chúng ta đã giành được sự hợp tác và cộng tác từ đối tượng tiềm năng. Chúng ta và đối tượng tiềm năng, nay đã là đối tác của nhau.

Mọi công ty rồi sẽ phải bám vào Ý thức Marketing Đồng tình thể hiện qua các phương cách marketing Mạng xã hội, Khu vực và Di động (**SO**cial, **LO**cal, **MO**bile) như một vũ khí tiến công marketing, để giành lấy khách hàng, và như một thước đo để tránh khỏi sự rập khuôn của nền thương mại điện tử.

Đối với những ai muốn biết cách để cạnh tranh trong một thế giới tương tác của các trang web toàn cầu, muốn tránh khỏi cái bẫy của việc rập khuôn và áp lực lợi nhuận, đây chính là cuốn sách dành cho bạn. Nếu bạn muốn tìm hiểu về các loại hình quan hệ marketing sẽ phát triển trong thời đại tương tác, hãy đọc và sẽ thay đổi cùng với những ý thức Marketing mới mẻ.

THAY LỜI TỰA

Năm 1983, phần mềm Spinnaker ra đời như một phần mềm được đầu tư tốt nhất từ trước cho tới lúc đó trong lịch sử phát triển phần mềm. Với hơn 17 triệu USD đầu tư phát triển, nó được dự định để mở đầu cho một thể loại phần mềm mới - trò chơi máy tính giáo dục cho trẻ em.

Là một trong những giám đốc thương hiệu của Spinnaker, công việc của Seth Godin lúc đó (23 tuổi) là quảng cáo các sản phẩm mới với một ngân sách nhiều triệu USD. Với ngân sách như vậy, Godin đã đăng quảng cáo trên People và hàng chục tạp chí nổi tiếng khác nữa. Các quảng cáo này đã cho phép họ tạo được những kênh phân phối tốt như Target, Kmart v.v... Điều đáng nói là không có một chứng cớ nào cho họ thấy và có thể tin rằng các quảng cáo của mình đang hoạt động hiệu quả. Không có một điều gì chắc chắn ngoại trừ những chiếc xe lộng lẫy cho những người bán hàng hưởng huê hồng và sự e dè của các đối thủ cạnh tranh.

Sau một thời gian, Seth Godin quyết định ra đi và chuyển đến với ngành kinh doanh sách. Lại một lần nữa, ông ngồi vào vị trí vung tay tung tiền ra như rác vào quảng cáo truyền thống mà không thu lại được một chứng cớ gì cho phép có thể chắc chắn là công việc đang hiệu quả.

Các công ty lớn tung ra hàng triệu, triệu USD vào quảng cáo, các nhà xuất bản lớn với các tác giả tên tuổi cũng không hề biết được những cá nhân nào sẽ mua sách của họ và buộc phải bắt đầu các chiến dịch marketing sách của họ từ những vụn vỡ vô giá trị. Hàng năm một nhà xuất bản lớn tung ra thị trường nhiều trăm đầu sách giá trị nhưng cũng không sao giành được lòng trung thành chắc chắn từ khách hàng của họ, không tạo dựng được một thương hiệu rõ ràng và cũng không xác định được phương cách để marketing hiệu quả cho sách của mình.

Những gì mà Godin đã nghi ngờ từ khi còn làm việc với Spinnaker được chứng minh là đúng - quảng cáo thực sự chỉ thể hiện có vẻ hiệu quả mà thôi. Không thể đo lường hay thử nghiệm, cũng không thể dự đoán và quá tốn kém.

Năm 1990, khi đến làm việc với Prodigy để thực hiện một chiến dịch quảng bá cho những dịch vụ trên mạng mới của họ, Godin xác định ra Prodigy có hai vấn đề vào lúc đó. Thứ nhất, họ phải chi phí quá cao để đạt được một khách hàng mới và trung bình một khách hàng chỉ sử dụng dịch vụ của họ trong một vài tháng rồi thôi. Thứ hai, Podigy tính phí mọi dịch vụ với một giá như nhau và những khách hàng năng động nhất lại sử dụng nhiều dịch vụ có mức lợi nhuận thấp khiến họ phải chịu lỗ với những khách hàng thực sự tốt nhất của mình.

Trong tình hình đó, Seth Godin tiến hành một chiến dịch marketing để tung ra thị trường một dịch vụ quảng bá trên Internet lần đầu tiên xuất hiện trên thị trường được gọi là Guts. Đó là một thành công bắt đầu cho những thành công tiếp theo khác nữa, Prodigy thực hiện quảng bá cho những thương hiệu lớn như AOL, eWorld (Apple), Microsoft và Compuserve.

Một vài năm trước đó, Godin đã thành lập một công ty thiết kế công nghệ và quan trọng hơn nữa là thiết kế những kỹ thuật cần thiết để thực hiện những chương trình quảng bá hiệu quả. Ông cũng lãng phí hàng đống tiền vào quảng cáo truyền thống để rồi đi đến chỗ tạo dựng nên một thứ gì đó khác hẳn, hiệu lực rộng lớn hơn và hiệu quả rõ ràng hơn. Ông và các đồng nghiệp đã từ đó hoàn thiện một ý tưởng marketing mới - Marketing Đồng tình.

Với ý thức marketing mới này, Godin muốn đưa quảng cáo trở lại đúng với vị thế cần có của nó, một vị thế hiệu quả trong thế giới mạng hóa ngày nay. Các khái niệm là đơn giản nhưng không phải là hoàn toàn rõ ràng.

Công nghệ đang thay đổi phương cách tiếp cận của thế giới đối với quảng cáo. Chúng ta không thể làm ngơ với sự lớn dậy càng lúc càng mạnh mẽ của Internet. Thư điện tử đã trở thành một phong cách sống của ngày nay đến mức một giám mục Thiên chúa giáo ở New York đã phải phát biểu: "Nếu chúa Giê Su đang sống trong thế giới ngày nay, chắc chắn ngài cũng phải có một địa chỉ Email!"

Nếu chúng ta đã biết và tin vào việc Internet rồi sẽ làm thay đổi mọi thứ, chúng ta sẽ hứng thú với cuốn sách này. Internet sẽ làm thay đổi ý thức Marketing trước đã rồi mới đến những gì đó khác và các ý thức marketing xưa cũ rồi sẽ phải chết đi để tạo thành những ý thức mới mẻ và tốt đẹp hơn.

Nếu chúng ta không tin là Internet rồi sẽ làm thay đổi mọi thứ, chúng ta vẫn cần phải đọc cuốn sách này. Chúng ta có thể đúng, nhưng dù sao thì điều đó cũng không thể làm thay đổi được thực tế là sự hỗn loạn trên thương trường đang làm mất đi dần giá trị của quảng cáo truyền thống đối với hầu hết những người làm marketing. Chúng ta phải cần đến một cái gì đó hiệu quả hơn như Marketing Đồng tình đã chứng tỏ hiệu lực của nó đối với các công ty cả lớn lẫn nhỏ. Những ví dụ trong sách này sẽ chứng minh cho sự thật này.

#

NHỮNG VẤN NẠN TIỀN KHÔNG THỂ GIẢI QUYẾT

Bạn không để ý đến. Không ai để ý đến.

Đó không phải là lỗi của người tiêu dùng. Chúng ta không thể để ý đến mọi thứ mà những người làm marketing dự kiến chúng ta phải quan tâm - những sản phẩm tiêu dùng mới và vô số những quảng cáo nhắm vào chúng ta, người tiêu dùng, trong thời gian vừa qua.

Có gì thắc mắc khi người tiêu dùng cảm thấy thế giới vội vã ngày nay chung quanh họ đang càng lúc càng hỗn độn hơn? Truyền hình ở các phi cảng, quảng cáo trong nhà vệ sinh, thang máy... thông báo về mọi chủ đề và điện thoại di động luôn theo bên mình đi đến mọi nơi.

Đây là cuốn sách nói về vấn nạn quảng cáo đang phát triển trên toàn thế giới và làm sao để những người làm marketing có thể tồn tại trong môi trường dường như càng lúc càng khắc nghiệt đã quá quen thuộc này. Những người làm marketing đã sớm nhận ra là phương cách quảng cáo và bán hàng xưa nay vẫn từng hiệu quả không còn đem lại những gì mong muốn như những ngày xưa cũ nữa. Họ nỗ lực tìm kiếm những phương thức hứa hẹn mới để có thể tăng trưởng thị phần và lợi nhuận. Ý thức Đồng tình trong marketing là một cách suy nghĩ khác biệt trên căn bản về quảng bá và dịch vụ khách hàng ngày nay.

Không có đủ thời gian cho tất cả các quảng cáo

Vài ba mươi năm trước đây, chúng ta chỉ một số đài truyền hình để lựa chọn và việc ghi nhớ các chương trình ưa thích hầu như chỉ là chuyện tự nhiên đối với mọi người. Vào những ngày xưa cũ đó, những quảng cáo truyền hình cũng là một niềm vui giải trí cho mọi người. Mọi người như cùng sống chung trong một cộng đồng, cùng xem các chương trình ca nhạc như nhau, cùng xem những quảng cáo như nhau và mua cùng những sản phẩm như nhau. Marketing lúc đó là hoàn toàn dễ dàng - nếu chúng ta có một sản phẩm và có đủ tiền để quảng cáo, chúng ta có thể chắc chắn là sẽ có chỗ trên các kệ hàng cho sản phẩm của mình và người tiêu dùng sẽ mua sản phẩm của chúng ta. Nếu quảng cáo của chúng ta đủ tốt, chúng ta cũng có thể chắc rằng sản phẩm của mình sẽ bán được tốt. Vào những ngày xưa đó, chúng ta có thể dễ dàng dự kiến được lợi nhuận và tiềm năng.

Và rồi cho đến thời gian gần đây, chúng ta không còn có thể ghi nhớ được các chương trình truyền hình nữa, không còn có thể đọc hết được các loại báo chí nữa. Và hệ quả của việc "không còn có thể nữa" này là các quảng cáo không còn đủ sức hấp dẫn chúng ta như những ngày xưa cũ nữa. Chúng ta hầu như không còn khả năng chọn lựa như ý nữa, chúng ta đành chấp nhận một sản phẩm, một nhà hàng nào đó tạm được đã từng biết còn hơn là phải nhọc công chọn lấy một trong hàng đống những sản phẩm hay nhà hàng xa lạ.

Sự tràn ngập của mọi thứ càng lúc càng tệ hại hơn. Hàng ngày chúng ta buộc phải ghi nhận không biết bao nhiêu là thông điệp quảng cáo, marketing cho dù ta có muốn hay không. Ở khắp nơi chúng ta đều bị bao vây bởi những thông tin đủ loại, từ các nơi cộng cộng cho đến tận trong những chốn riêng tư, trong phòng ngủ của mình.

Đã gần một thế kỷ qua, những người làm marketing chỉ dựa vào một hình thức quảng cáo và marketing duy nhất. Chúng ta hãy đặt tên cho hình thức marketing truyền thống này là Marketing Quấy rối. Như mọi quảng cáo ngày nay thể hiện, quấy rối, bằng cách ngắt ngang những gì mà các đối tượng tiềm năng đang làm để buộc họ phải để tâm đến những gì mà các công ty muốn họ phải chú ý.

Chúng ta chắc hẳn vẫn còn nhớ đến những ngày đầu mở cửa bước vào nền kinh tế thị trường của đất nước vào cuối những năm 80 và đầu 90 của thế kỷ trước. Thoạt đầu chúng ta cũng như những người có trách nhiệm lúc đó rất bực bội khi các chương trình quảng cáo cắt ngang một chương trình truyền hình ưa thích của mình. Thậm chí cả giám đốc đài truyền hình trung ương cũng phải lên tiếng, không thể cắt bỏ những chương trình quảng cáo nhưng sẽ chỉ phát vào đầu hay cuối chương trình mà thôi nhưng cuối cùng rồi thị trường đã thắng thế. Đài truyền hình cũng phải kinh doanh để tồn tại.

Nhưng rồi nền kinh tế thị trường và những hệ quả của nó mới chính là những gì mà các đài truyền hình phải cân nhắc, không thể gom các chương trình quảng cáo lại vào đầu hay cuối chương trình, bởi như thế thì không còn đúng với ý thức Marketing Quấy rối nữa - không quấy rối thì không thể gây chú ý, và không có sự chú ý thì không còn là quảng cáo. Ngày nay chúng ta không còn thắc mắc gì với chuyện này, mọi việc đã trở thành bình thường. Chúng ta nhanh chóng thay đổi cách hành xử như những người tiêu dùng phương tây đã làm, chuyển sang kênh khác khi có quảng cáo hoặc không nghe, không xem; không chú ý đến. Đó là cách mà chúng ta, những người tiêu dùng, buộc phải thích ứng để đối phó với Marketing Quấy rối.

Marketing Quấy rối - Cách tiếp cận truyền thống để lôi kéo sự chú ý của khách hàng

Mặc dù không ai lại vội vã mở thùng thư để xem các thư quảng cáo, không ai chăm chú đọc hay xem các quảng cáo trên tạp chí và truyền hình. Quảng cáo không phải là mối quan tâm của hầu hết các đối tượng tiêu dùng ngày nay, nhưng những người làm marketing vẫn phải lôi kéo sự quan tâm của chúng ta để quảng cáo có thể hoạt động. Nếu họ không cắt đứt giòng suy nghĩ của chúng ta và gieo được vào tư tưởng của chúng ta một vài hạt giống nào đó, quảng cáo của họ thất bại. Và nếu quảng cáo không lôi kéo được sự chú ý của các đối tượng tiềm năng, đó không còn là quảng cáo nữa.

Bạn có thể định nghĩa quảng cáo như một thứ khoa học sáng tạo đã tạo thành rồi đưa lên truyền thông để quấy rối đời sống riêng của người tiêu dùng và lôi kéo họ thể hiện một hành động nào đó. Như vậy là đòi hỏi quá nhiều ở một quảng cáo ba mươi giây trên truyền hình hay một trang trên tạp chí, nhưng nếu không quấy rối sẽ không có cơ may hoạt động, và nếu không hoạt động - quảng cáo thất bại.

Trong chốn thị trường ngày nay, quảng cáo càng ngày càng tràn ngập và việc quấy rối vào giòng suy nghĩ của người tiêu dùng cũng càng trở nên khó khăn hơn. Hãy thử tưởng tượng, chúng ta đến một sân bay vắng vẻ vào lúc sáng sớm. Chúng ta thoải mái đi ra máy bay, không có một ai cản trở hay làm phiền.

Bỗng có một ai đó đến bên hỏi thăm, "Xin lỗi, làm ơn chỉ giùm tôi cổng ra số 7?" Đương nhiên, chúng ta không hề mong đợi, cũng không dự kiến sẽ có một ai đó đến và hỏi mình như vậy. Nhưng người đó cũng lịch sự và bạn cũng đang thoải mái nên bạn sẵn sàng, vui vẻ hướng dẫn.

Bây giờ cũng vẫn một phi trường như vậy, nhưng với một không gian khác hẳn. Sân bay chật kín người, chúng ta gần như phải chen lấn mà đi cho kịp giờ lên máy bay. Chúng ta đã nhiều lần bị ngăn trở vì những chuyện không đâu và đương nhiên là không thể dễ chịu.

Cũng người đó đến bên ta với cùng một câu hỏi, nhưng lúc này chúng ta có một thái độ hoàn toàn khác hẳn. Chúng ta có thể chỉ thoáng nhìn người đó rồi tiếp tục con đường của mình với một câu xin lỗi. Và nếu cứ thế cho đến người thứ một chục, lúc đó thái độ của chúng ta có thể sẽ ra sao?

Cuộc sống của chúng ta phần nào đó cũng tương tự như hoạt cảnh trên, chúng ta có quá nhiều việc cần làm mà không có đủ thời gian để thực hiện. Đời tư của chúng ta không ngừng bị những người lạ mặt quấy rối. Hàng ngày chúng ta phải mất một số thời gian xao lãng vì các nguồn truyền thông, hầu hết đều cố ý cắt ngang những gì chúng ta đang xem để quấy rối vào cuộc sống riêng của chúng ta. Và sự tràn ngập này đang trong xu hướng càng ngày càng tăng.

Điều đáng nói là những người làm marketing chỉ đáp ứng đối với vấn đề này với một khả năng có thể nói là tệ hại nhất. Để có thể thích ứng với tình trạng tràn ngập này và sự giảm thiểu hiệu lực của Marketing Quấy rối, họ *càng sáng tạo ra nhiều cách để quấy rối vào cuộc sống của chúng ta hơn nữa!*

Quả đúng là như vậy. Trong mấy mươi năm vừa qua, những người làm marketing đã không ngừng tăng chi phí quảng cáo của họ lên và tìm kiếm những phương thức mới để quấy rối vào cuộc sống hàng ngày của chúng ta.

Sự tràn ngập càng tràn lan, những người làm marketing đáp ứng bằng cách càng làm tràn ngập thêm nữa. Bởi không một ai thực sự nắm được vấn đề nên không một ai nỗ lực tìm kiếm giải pháp để khắc phục sự quấy rối này.

Người tiêu dùng không còn muốn tốn thời gian để tìm giải pháp thay thế

Ngoài vấn đề tràn ngập ra, người làm marketing ngày nay còn phải đối mặt với một vấn đề mới nữa - người tiêu dùng ngày nay không cần phải quan tâm đến chất lượng sản phẩm như trước kia nữa. Người tiêu dùng ngày nay không còn phải bận tâm đến việc phải chọn lựa loại sản phẩm nào nữa, hầu hết mọi thứ đều tốt và bền gần như nhau.

Một chiếc xe của Nhật hay Thái, chắc chắn là phải tốt hơn một chiếc xe Trung Quốc, nhưng có hề gì khi giá tiền của chúng vẫn thể hiện được đúng như giá trị của chúng.

Trong một rừng sản phẩm như hiện nay, hầu như ai trong chúng ta cũng đều có những thương hiệu ưa chuộng của riêng mình. Nếu chúng ta đã hài lòng với chất lượng của những sản phẩm mà chúng ta đang sử dụng, vậy cần gì phải bận tâm để ý tìm đến những sản phẩm thay thế khác nữa?

Nếu chúng ta cần đến một dịch vụ quan trọng như y tế chẳng hạn, có thể chúng ta cũng cần phải có chọn lựa so sánh nhưng thường hơn thì ta đã có sẵn một nơi nào đó để đến và cũng thường thì chúng ta sẽ được hài lòng với quyết định của mình. Được làm một khách hàng trong những ngày này thật đáng hài lòng, chúng ta hầu như luôn được thỏa mãn.

Hầu hết chúng ta đều không còn mong chờ những sản phẩm mới nào đó nữa, chúng ta gần như đã có đủ những gì cần thiết. Ngoại trừ trong những ngành công nghiệp thay đổi nhanh như điện toán, các thương hiệu mà chúng ta đang có hầu như đã đủ tốt để không cần phải suy nghĩ đến trong một hai năm tới nữa. Bởi các nhu cầu thiết yếu của chúng ta hầu như đã được thỏa mãn, chúng ta không cần phải trông chờ vào những giải pháp mới nào đó nữa.

Những thương hiệu thành công, những sản phẩm hấp dẫn, những chủng loại sản phẩm mới đem lại lợi nhuận khổng lồ cho những người làm marketing, vì vậy mà người tiêu dùng phải đương đầu với hàng đống thông điệp quảng cáo và marketing cho dù họ có chấp nhận hay không. Dù sao việc lôi kéo những người tiêu dùng cũng không phải là một việc luôn gánh lấy thất bại nên những người làm marketing vẫn cố công giành giật. Trung bình người tiêu dùng ngày nay phải đối mặt với hàng triệu thông điệp quảng cáo trong một năm - hàng ngàn thông điệp cho mỗi ngày.

Nghe thì có vẻ là quá nhiều, nhưng đó chỉ vì chúng ta không chú ý đến đó thôi. Một buổi đi siêu thị, ta đã phải chạm mặt với hàng ngàn thông điệp quảng cáo ở khắp nơi. Một vài tiếng xem truyền hình, ta phải đối mặt với vài chục quảng cáo truyền hình. Đó là chưa kể đến báo chí, mỗi một tờ phải có đến năm, bảy chục quảng cáo cũng như thông điệp marketing khác nhau.

Công nghệ và chốn thị trường đã tạo thành muôn ngàn phương cách để phô bày quảng cáo ra trước mắt người tiêu dùng. Vài chục năm trước đây chúng ta chỉ có một vài đài truyền hình để chọn xem, ngày nay là vài chục cho đến vài trăm ở nhiều nơi trên thế giới.

Sự việc càng tệ hại hơn với sự có mặt của Internet. Ngày nay chúng ta đếm được ít nhất là khoảng vài chục triệu trang web thương mại khác nhau trên mạng. Và những trang dò tìm như Yahoo hay Google cung cấp cho người lên mạng một danh mục lên đến hàng trăm triệu trang web.

Có nghĩa là nếu chúng ta muốn, ta có thể truy cập đến hàng trăm triệu trang thông tin từ khắp nơi trên thế giới và cũng có nghĩa là chúng ta sẽ có thể bị quấy rối với hàng trăm triệu băng quảng cáo trong thời gian đó.

Bốn cách tiếp cận để Marketing Đại chúng có thể tồn tại

Chỉ cần ghé ngang qua một nhà sách nào đó, chúng ta sẽ thấy vấn đề không chỉ giới hạn trong các phương tiện truyền thông điện tử. Vô số tạp chí, sách báo các loại đủ để làm đau đầu bất cứ một ai có ý định chọn lựa.

Một rừng truyền thông đủ loại cũng có nghĩa là một người làm marketing không thể đạt được một số phần trăm nhất định nào đó những đối tượng tiềm năng với chỉ một hay vài phương tiện truyền thông. Đó chính là lý do khiến chi phí cho các quảng cáo truyền hình trên một số chương trình có đông người xem trở nên quá cao. Đó là những bệ phóng mà Marketing Đại chúng nhắm đến để đạt tới khán giả đại chúng.

Những người làm marketing đại chúng có bốn cách tiếp cận để đối phó với việc thông tin tràn ngập này.

1- Họ tung tiền ra để chi phí vào những phương tiện phi truyền thống, không chỉ riêng vào quảng cáo truyền hình mà còn vào vô số những phương tiện truyền thông lạ thường và hấp dẫn khác.

Các công ty nhận thấy chiến lược quảng bá truyền thông không còn hiệu lực như trước kia nữa và đặc biệt khó khăn khi mục tiêu của họ là những đối tượng có thu nhập cao. Những người này không còn bỏ nhiều thời gian cho các chương trình truyền hình nữa, vì vậy những người làm marketing phải nỗ lực tìm ra những kỹ thuật quấy rối khác ít tràn lan và hiệu quả hơn.

Những người làm marketing đặt quảng cáo của họ vào những nơi chưa được sử dụng triệt để như trên các phương tiện vận chuyển công cộng, vào mặt sau những hóa đơn tính tiền của các cửa hàng, trên sàn hành lang các siêu thị... và ngay cả trong các phòng vệ sinh chung, v.v…

2- Cách thứ hai là tạo ra những quảng cáo có tính gây tranh luận và giải trí hơn. Coca-Cola nhắm đến những đạo diễn hàng đầu ở Hollywood cho các quảng cáo truyền hình của họ. Thậm chí có cả những quảng cáo trình bày hình ảnh của một phụ nữ đang ngồi trên bồn vệ sinh để quảng bá cho một thương hiệu giấy. Các công ty quảng cáo ngày nay đang là hình ảnh ước mơ về sự thành đạt trong nền kinh tế mới.

Và khi mọi quảng cáo càng nỗ lực để lôi kéo sự chú ý của các đối tượng tiềm năng thì sự lan tràn của chúng lại càng tràn ngập hơn nữa. Một công ty muốn vượt lên trước đối thủ của mình chỉ còn có cách tung ra quảng cáo tràn ngập để giành lấy phần thắng và rồi quảng cáo của họ chỉ còn nhắm vào việc hạ đối thủ chứ không hề liên hệ gì đến những quảng cáo trước đó nhằm nhắc nhở đối tượng tiềm năng về mình.

Việc tập trung vào hiệu quả giải trí khiến cho một quảng cáo không còn lại bao nhiêu thời gian để nhấn mạnh đến sản phẩm và những tiện ích cần quảng bá. Trong một quảng cáo truyền hình 15 hay 30 giây thì thời gian dành cho sự gây chú ý đã chiếm đến 75%, những người làm marketing không còn lại mấy giây để kêu gọi người xem thực hiện một hành động mục tiêu nào đó của họ.

3- Cách thứ ba là thay đổi quảng cáo liên tục để giữ được tính tươi mới và hấp dẫn cho chúng. Marlboro đã chi phí nhiều tỷ USD trong bao nhiêu năm qua để xây dựng hình ảnh chàng cao bồi của họ trở thành một phần tài sản của thương hiệu. Nike đã tung ra không biết bao nhiêu quảng cáo với hình logo nổi tiếng là hiệu quả nhất trong thời hiện đại của họ. Apple Computer thay đổi câu chủ đề quảng cáo của họ hàng năm… Tất cả chỉ vì việc lôi kéo sự chú ý của các đối tượng tiềm năng. Marketing Quấy rối đòi hỏi họ phải làm như vậy. Không có sự chú ý - không có quảng cáo.

4- Cách thứ tư cũng không kém phần thông dụng, nhiều người làm marketing ngày nay không sử dụng quảng cáo mà thay vào đó bằng cách sử dụng thư tín trực tiếp, tin nhắn di động và các hoạt động quảng bá cổ động. Một phương cách đã bị làm dụng đến mức phí phạm, hàng tỷ tỷ những lá thư, tin nhắn, không có người đọc và các hoạt động quảng bá cổ động bán hàng bắt đầu lộ ra những mặt phản tác dụng của nó.

Marketing Trực tiếp chỉ vượt qua được sự hỗn độn trong một thời gian ngắn

Mặc dù Marketing Trực tiếp hoạt động hiệu quả hơn quảng cáo, nhưng những kỹ thuật marketing này vẫn là một sự phí phạm đáng kể. Với tỷ lệ đáp ứng 2% cho một chiến dịch thư tín hay tin nhắn đã là một kết quả đáng kể được nhiều người làm marketing chấp nhận. Nhưng 2% đáp ứng, có nghĩa là 98% nỗ lực còn lại bị phí hoài với sự làm ngơ của 98% đối tượng tiềm năng. Nhưng với quan điểm của những người làm marketing thì một khi những gì giành được lớn hơn là chi phí đều có thể được chấp nhận và cũng có nghĩa là số sản phẩm dành cho 2% số người đáp ứng đó phải gánh chịu cả phần chi phí marketing dành cho 98% người ngoại cuộc kia.

Một khi Marketing Trực tiếp chứng tỏ được hiệu quả dù chỉ là phần nào của nó, thị trường lập tức bị tràn ngập với những nỗ lực marketing trực tiếp khác và nhanh chóng trở thành hỗn độn. Mọi phương cách có thể vượt qua được sự hỗn độn của thị trường chỉ thực sự sinh động trong một thời gian ngắn ngủi.

Những người làm marketing mau chóng đối phó với tình trạng này bằng cách sử dụng máy tính để lưu trữ thông tin và phân loại khách hàng cho những chiến dịch thư tín, nhắn tin trực tiếp của họ. Và đương nhiên, marketing cơ sở dữ liệu kiểu này cũng mở ra cho mọi người làm marketing khác và rồi cũng mau chóng không còn là lợi khí của riêng một ai đó nữa.

Chiến dịch cổ động cho bộ phim Titanic là một ví dụ thành công rực rỡ của Marketing Quấy rối, chi phí khổng lồ của chiến dịch này đã thực sự vượt qua được sự hỗn độn. Và rồi toàn thể Hollywood vào cuộc chơi với các chiến dịch marketing tương tự.

Một khi chi phí cao đã chứng tỏ được hiệu quả, mọi người khác cũng bị hấp dẫn và làm theo. Và những người thực sự thủ lợi chính là những công ty truyền thông, những nơi có chỗ dành cho quảng cáo để bán cho những người làm marketing.

Tại sao các công ty quảng cáo không tìm cách để giải quyết vấn đề này

Tại sao các công ty quảng cáo, nơi tập trung những con người sáng tạo đầy tài năng lại không nỗ lực để tìm cách giải quyết vấn đề này?

Bất hạnh thay, những cuộc chiến để vượt qua sự hỗn độn cũng để lại cả những xác chết khốn khổ của ngành công nghiệp quảng cáo. Những công ty quảng cáo lớn, những nơi có thể đi đầu trong thách thức này cũng đang đối mặt với hai vấn đề tệ hại:

1- Khách hàng không còn ở lại với một công ty quảng cáo lâu dài nữa. Cái thời của những Leo Burnett đã qua, các công ty thay đổi công ty quảng cáo cho mình một vài năm một lần là chuyện thông thường trong những ngày này và đó cũng là cách để các công ty giữ cho các quảng cáo của họ được luôn tươi mới.

2- Cách làm ra tiền nhanh nhất trong ngành quảng cáo ngày nay là mua các công ty quảng cáo và xây dựng thương hiệu cho chúng. Vì vậy hầu hết những bộ óc siêu việt trong ngành đều dồn tâm trí vào việc xây dựng công ty quảng cáo của họ thay vì xây dựng thương hiệu cho người khác.

Những người làm Marketing Quấy rối đối mặt với sự mâu thuẫn

Những người làm Marketing Quấy rối ngày nay thường phải đối mặt với những vấn đề sau:

1- Giới hạn của sự quan tâm

Người ta không thể làm được mọi thứ, xem mọi thứ hay ghi nhớ được mọi thứ. Và khi mà mức độ hỗn độn của cuộc sống tăng lên, tỷ lệ phần trăm những gì được ghi nhận giảm xuống tương ứng.

2- Sự giới hạn về tài chính

Người ta không thể có được mọi thứ, vì vậy họ phải chọn lựa. Nhưng vì sự quan tâm chỉ có giới hạn, người ta chỉ có thể chọn lựa trong số những gì mà họ ghi nhận được.

3- Càng nhiều sản phẩm được cung ứng, số tiền dành cho chúng càng giảm đi

Mỗi khi người ta mua một chai Coca thì họ không còn mua Pepsi nữa. Càng có nhiều công ty ra đời, nhiều sản phẩm được cung ứng, càng có nhiều kẻ thua hơn là người thắng.

4- Để giành được thêm sự quan tâm và tiền bạc, những người làm Marketing Quấy rối buộc phải chi phí nhiều hơn

Chi phí ít hơn đối thủ của mình trong một môi trường hỗn độn rõ ràng là sẽ chỉ để chuốc lấy thất bại.

5- Càng nhiều quảng cáo, chi phí càng lớn

Những người làm Marketing Quấy rối buộc phải càng lúc càng chi phí hơn nữa vào quảng cáo để có thể vượt qua sự hỗn độn trên thị trường.

Và càng chi phí nhiều càng kém hiệu quả và tạo thành sự hỗn độn hơn nữa

Càng kém hiệu quả, càng phải chi phí nhiều thêm

*

Phải chăng đã đến thời cáo chung của Marketing Đại chúng? Chắc chắn là như thế. Một hình thức, một ý thức Marketing mới phải ra đời và sẽ thay đổi hoàn toàn môi trường marketing.

#

- II -

MARKETING ĐỒNG TÌNH - GIẢI PHÁP ĐỂ QUẢNG CÁO LẠI PHÁT HUY HIỆU QUẢ

Quảng cáo hiệu lực là có thể dự kiến, thích ứng và có tính riêng tư

Nếu chúng ta có thể tạo sự hỗn độn thành một giá trị thì sao? Nếu những rào cản khó vượt mà những người làm Marketing Quấy rối đang đối mặt thực sự trở thành một lợi thế cho công cuộc kinh doanh thì sao? Sự thật là cho dù sự hỗn độn là xấu và càng lúc càng trở thành tệ hại hơn, những người làm Marketing Đồng tình vẫn có thể chuyển sự tồi tệ này thành lợi thế của mình. Trên thực tế, sự hỗn độn càng tệ hại bao nhiêu thì những nỗ lực Marketing Đồng tình càng làm cho nó trở thành lợi ích hơn một cách tương ứng.

Trong chương này chúng ta sẽ xét qua tổng thể các ý tưởng cốt lõi của Marketing Đồng tình. Mọi chiến dịch marketing đều có thể tốt hơn lên khi có một yếu tố đồng tình được thêm vào. Trong một số trường hợp, việc chuyển sang một khái niệm Marketing với sự Đồng tình có thể thay đổi một cách căn bản toàn thể mô hình kinh doanh cũng như cấu trúc lợi thế của một công ty. Chí ít, những khái niệm về sự Đồng tình cũng sẽ hỗ trợ cho chúng ta công thức hóa và triển khai những chiến dịch marketing với những dự kiến thực tế hơn với khả năng thành công lớn hơn.

Marketing Quấy rối thất bại vì nó không còn có thể lôi kéo được sự quan tâm từ các đối tượng tiềm năng. Marketing Đồng tình hoạt động bằng cách nhận lấy lợi thế từ cùng một vấn đề - tạo thành sự quan tâm cần có.

Tất cả đều đã lỗi thời

Hai trăm năm trước đây, các nguồn tài nguyên thiên nhiên và nguyên vật liệu không phải dễ dàng mà có được. Con người cần đất để trồng trọt, sắt để làm nồi, những nguyên vật liệu tự nhiên khác nữa để tạo thành tiện nghi cho nơi cư trú. Vào lúc đó, tạo thành một thị trường cho một nguồn nguyên liệu nào đó sẽ đem lại cả một gia tài to lớn.

Và rồi cuộc cách mạng công nghiệp hình thành, một nền kinh tế tiêu dùng phát triển, tính khan hiếm từ nguyên liệu chuyển sang hàng hóa thành phẩm. Các nhà máy đều hoạt động hết công xuất. Những người làm marketing có thể làm được mọi điều bởi không có bao nhiêu sản phẩm thay thế để lựa chọn.

Với một nhà máy có thể sản xuất sản phẩm cung ứng cho nhu cầu, những người làm marketing phát triển những thương hiệu sản phẩm mà người tiêu dùng đang mong muốn và sẵn sàng để sở hữu. Người ta sẵn sàng đi xa nhiều cây số để có được sản phẩm mà mình mong muốn và một khi đã có và sử dụng, hầu như không ai nghĩ đến chuyện thay đổi để tìm đến với một thương hiệu khác.

Trong thị trường tự do ngày nay, với không biết bao nhiêu nhà máy sản xuất khác nhau và vô số những thương hiệu để mà lựa chọn. Chúng ta không cần phải nỗ lực bao nhiêu cũng có thể chọn được một thứ gì đó đúng như mình muốn có. Mọi người hầu như đều có được những thứ như nhau, và họ thường vứt bỏ những gì hư hỏng để mua mới thay vì đem đi sửa chữa như trước kia.

Khi tiện nghi là thừa mứa, giá trị của những tiện nghi này không còn là quan trọng và đương nhiên phải hạ thấp. Nếu một tiện nghi nào đó có thể sản xuất được với chi phí thấp, tiện nghi đó không thể trở thành khan hiếm. Đó là hiện trạng của thông tin, sản phẩm cũng như dịch vụ ngày nay, chúng quá thừa mứa và rẻ tiền. Thông tin trên mạng chẳng hạn, đó là thứ mà chúng ta có thể có mà hầu như không cần phải trả tiền.

Trước đây, chúng ta phải trả tiền cho những phần mềm chúng ta cần dùng, ngày nay có vô số những phần mềm tương tự có thể tải xuống sử dụng từ Internet mà không cần phải trả một đồng nào.

Có một thứ, tuy không khan hiếm nhưng lại không phải là thừa mứa. Một thứ có số lượng hạn chế mà ai cũng chỉ có như ai, cho dù đó là Bill Gates hay Warren Buffet đi nữa thì cũng không thể mua được nhiều hơn bất kỳ một ai! Đó là thời gian.

Thời gian đang càng lúc càng trở nên khan hiếm đối với mọi người, chúng ta không thiếu nhưng không thể có đủ thời gian để dành cho mọi thứ mình mong muốn. Nếu có thể, *Người ta sẵn sàng chi một cách hào phóng để có được thêm thời gian cần có, trong khi những người làm marketing lại bỏ ra hàng đống tiền để giành giật lấy sự quan tâm từ thời gian quý báu của những người này!* Đúng là nghịch lý.

Marketing Quấy rối là kẻ thù của bất cứ những ai đang muốn sử dụng hiệu quả thời gian của mình. Bằng cách không ngừng quấy rối chúng ta vào những lúc mà chúng ta đang bận tâm vào những chuyện khác, những người làm marketing đó không những thất bại trong việc muốn chúng ta chú ý đến những gì mà họ muốn bán mà còn làm hao phí nguồn tài nguyên đáng quý của chúng ta, thời gian. Về lâu dài, Marketing Quấy rối không còn có thể được coi là một công cụ Marketing Đại chúng nữa. Cái giá phải trả cho nó đối với người tiêu dùng là quá nặng nề.

Marketing Đồng tình sẽ là công cụ thay thế, một phương pháp marketing mang lại cơ hội cho người tiêu dùng sẵn lòng đồng tình để được marketing. Bằng cách chỉ marketing cho những ai sẵn sàng, Marketing Đồng tình bảo đảm người tiêu dùng sẽ quan tâm hơn đến thông điệp marketing của mình. Nó cho phép người làm marketing nói về mình một cách điềm tĩnh và đáng tin mà không hề lo bị quấy rối bởi thông điệp quảng cáo của các đối thủ, những người làm Marketing Quấy rối khác. Marketing Đồng tình cùng lúc phục vụ cả người làm marketing lẫn người tiêu dùng trong một mối quan hệ cộng sinh.

Marketing Đồng tình khuyến khích người tiêu dùng hợp tác với một chiến dịch marketing tương tác, lâu dài mà trong đó người tiêu dùng được tưởng thưởng bằng các tiện ích khi quan tâm đến những thông điệp marketing liên quan. Hãy thử tưởng tượng xem, thông điệp marketing của ta được 70% đối tượng tiềm năng mà chúng ta nhắm đến quan tâm chứ không chỉ 1, 2% (hay thậm chí 0,1%) như thông thường nữa. Và rồi hơn 35% số người đó đáp ứng với thông điệp của chúng ta. Đó là điều sẽ xảy ra khi chúng ta tương tác với các đối tượng tiềm năng của mình từng người một trong từng lần một, với những thông điệp mang tính cá nhân, được trao đi với sự đồng tình chấp nhận của họ.

Marketing Đồng tình là có dự kiến, riêng tư và thích ứng.

Dự kiến - mọi người sẵn sàng để nghe những gì chúng ta nói.

Riêng tư - những thông điệp dành riêng cho từng cá nhân một.

Thích ứng - marketing về một thứ mà đối tượng tiềm năng quan tâm.

Chúng ta sẽ cho là việc quan hệ với từng đối tượng tiềm năng một cách riêng tư như vậy là không thể. Muốn hiểu được điều này chúng ta phải bỏ đi cách suy nghĩ trong khuôn khổ của marketing truyền thống. Trong thời đại thông tin ngày nay, điều này là hoàn toàn có thể. Marketing Đồng tình dùng chi phí của Marketing Quấy rối để gởi đi không chỉ một mà nhiều chục thông điệp một lần đến những nhóm đối tượng khác nhau. Đó chính là lợi thế cạnh tranh của Marketing Đồng tình. Trong lúc các đối thủ của chúng ta vẫn tiếp tục phá rối người tiêu dùng xa lạ với cung cách Marketing Quấy rối mà chỉ thu lại những kết quả không đáng kể, thì chiến dịch Marketing Đồng tình của chúng ta đang dần chuyển những người xa lạ thành bạn hữu và rồi bạn hữu thành khách hàng.

Hai phong cách cầu hôn

Người làm Marketing Quấy rối sắm sửa một bộ trang phục đắt tiền, hào nhoáng, rồi dựa trên cơ sở dữ liệu và chiến lược marketing của mình để chọn lấy những đối tượng đáng chú ý.

Trên cơ sở này, họ ào đến với những người này để ngỏ lời cầu hôn mà không hề dự kiến trước kết quả. Người này không được, họ lại đến với người khác. Cuối cùng, một khi vẫn trắng tay họ sẽ đổ lỗi cho một trong những gì mà họ đã trang bị - đôi giày không hợp lúc, bộ quần áo không đúng chỗ hay một thứ gì đó không được hoàn hảo. Và rồi họ thay đi những gì mà họ đã đổ lỗi đó và tiếp tục lại hành trình theo như truyền thống.

Đó chính là cách mà các công ty vẫn làm khi thực hiện các chương trình marketing của họ. Họ đến với một công ty quảng cáo, tạo thành những quảng cáo đáng chú ý. Họ "nghiên cứu" ra những phương tiện lý tưởng để tung các quảng cáo của họ ra. Họ quấy rối vào đời sống riêng tư của người tiêu dùng với hy vọng những người này sẽ quan tâm đến những gì mà họ trình bày. Và khi thất bại, họ đổi quảng cáo hay ngay cả công ty quảng cáo.

Một cách khác để việc cầu hôn có khả năng vui thú, hợp lý và hiệu quả hơn - đó là "hò hẹn" trước đã.

Một người làm Marketing Đồng tình hò hẹn trước đã. Nếu mọi việc có chiều hướng tốt đẹp, cả hai lại tiếp tục hò hẹn nữa và rồi lại nữa. Cho đến khi, sau nhiều lần hò hẹn, cả hai bên đều có thể trao đổi với nhau thực sự thoải mái về nhu cầu và mong muốn của mình. Sau nhiều lần hò hẹn nữa, lời cầu hôn mới được đưa ra với dự kiến thành công gần như chắc chắn.

Đó là cách hoạt động của Marketing Đồng tình. Chuyển người xa lạ thành bạn hữu đã, rồi mới chuyển bạn hữu thành khách hàng. Càng nhiều quy luật hò hẹn được áp dụng, kết quả thành công càng lớn.

Năm bước để hò hẹn với khách hàng

Một người làm Marketing Đồng tình phải cung cấp cho các đối tượng tiềm năng của mình *một sự khuyến khích để sẵn sàng*. Trong ý thông thường của việc hẹn hò có nghĩa là phải hứa hẹn một điều gì đáng quan tâm cho buổi hò hẹn đầu tiên. Buổi hẹn hò đầu, dù sao, cũng cần đầu tư vào đó nhiều tiền bạc, thời gian và lòng kiên định hơn. Phải có đủ lý do để người xa lạ sẵn lòng giao tiếp.

Năm bước để hò hẹn với khách hàng:

Cung cấp cho đối tượng tiềm năng - ***một sự khuyến khích để sẵn sàng**.*

Người làm marketing Đồng tình có thể cung ứng cho đối tượng tiềm năng một chương trình kéo dài để - ***trình bày với người tiêu dùng về sản phẩm và dịch vụ**** mà họ cung ứng

Củng cố sự khuyến khích này, để bảo đảm mối quan tâm luôn còn đó

Tăng trưởng mức độ đồng tình đã nhận được từ người khách tiềm năng đó

Thay đổi thói quen tiêu dùng của đối tượng thành khả năng đem lại lợi nhuận.

Không có đủ lý do để tiếp tục hẹn hò, người khách hàng tiềm năng mới của chúng ta (hay người tình tiềm năng) sẽ từ chối không tham dự vào các cuộc hò hẹn tiếp theo. Nếu chúng ta không cung cấp được một tiện ích đủ hấp dẫn để giữ chân người khách hàng tiềm năng đó tiếp tục đến với các cuộc hò hẹn tiếp theo, cung ứng của chúng ta cũng sẽ nhận lãnh một số phận tương tự trong các chiến dịch quảng cáo tiếp theo nhằm lôi kéo sự chú ý của người khách hàng đó. Nó sẽ bị làm ngơ.

Bất kể sự khuyến khích mà chúng ta sẽ cung cấp đó là gì, nó phải được cung cấp một cách công khai và minh bạch.

Đó là sự khác biệt rõ ràng nhất giữa Marketing Đồng tình và Marketing Quấy rối. Marketing Quấy rối dành hết thời gian và tiền bạc vào việc quấy rối những người xa lạ, với một nỗ lực vị kỷ để lôi kéo các đối tượng tiềm năng và gây chú ý với những người này. Marketing Đồng tình chỉ dùng một phần thời gian và tiền bạc vào việc trò chuyện với những người xa lạ như có thể. Thế nhưng Marketing Đồng tình lại phát triển nhanh hơn một khi đạt được khả năng chuyển những người xa lạ thành các đối tượng tiềm năng sẵn sàng đồng tình để vào cuộc đối thoại.

Với sự đồng tình được người tiêu dùng trao cho, người làm marketing Đồng tình có thể thoải mái trình bày với người tiêu dùng về sản phẩm và dịch vụ mà họ cung ứng. Những người làm Marketing Đồng tình hiểu rằng cuộc hẹn hò đầu là cơ hội để đạt đến những cuộc hò hẹn tiếp theo. Mỗi một bước trong hành trình này đều phải hấp dẫn, hữu dụng và liên đới với nhau.

Một khi người tiêu dùng đã chấp nhận để quan tâm đến, việc trình bày với họ về sản phẩm hay dịch vụ sẽ dễ dàng hơn. Thay vì phải tập trung vào tính giải trí để lôi kéo sự quan tâm hay bốc nổ để gây chú ý với những người xa lạ, người làm Marketing Đồng tình có thể chỉ *tập trung vào sản phẩm hay dịch vụ* mà họ cung ứng - bằng cách nhắm vào những tiện ích mà sản phẩm hay dịch vụ sẽ đem lại cho một đối tượng hay một nhóm đối tượng riêng lẻ. Trình bày một cách thoải mái là yếu tố mạnh nhất của cách tiếp cận Marketing Đồng tình.

Bước thứ ba là *củng cố sự khuyến khích* đã trao đi này. Không khác gì một vật thể sống, sự khuyến khích cũng cũ mòn đi cùng với thời gian. Cũng như người yêu của ta sẽ chán chường với những gì đã trở thành nhàm chán, cho dù đó là những nhà hàng hạng nhất đi chăng nữa - khách hàng tiềm năng cũng sẽ cảm thấy mỏi mệt với một sự khuyến khích cứ lặp đi lặp lại. Người làm Marketing Đồng tình phải nỗ lực để củng cố lại sự khuyến khích này, để bảo đảm mối quan tâm luôn còn đó. Tuy nhiên việc này cũng hoàn toàn dễ dàng bởi chúng ta đã có được một mối quan hệ hai chiều, người làm marketing đồng tình có thể chỉnh sửa lại sự khuyến khích này và điều chỉnh chúng tùy theo đối tượng.

Cùng lúc với việc củng cố sự khuyến khích, bước thứ tư là *tăng trưởng mức độ đồng tình* đã nhận được từ người khách tiềm năng đó. Chúng ta không bàn đến từng chi tiết của quá trình hò hẹn này, nhưng trên ý nghĩa marketing, mục tiêu là tác động để người khách tiềm năng đó đồng tình hơn nữa và hơn nữa. Đồng tình để trao đi những thông tin cá nhân hay sở thích riêng tư. Đồng tình để trao đi những chủng loại sản phẩm mới như ý muốn của người tiêu dùng. Các mức độ đồng tình mà hai bên có thể nhận được là hết sức rộng và chỉ giới hạn ở những gì liên quan tới người khách tiềm năng đó mà thôi.

Và rồi với thời gian hò hẹn kéo dài, người làm Marketing Đồng tình có thể *thay đổi hành vi tiêu dùng* của người khách tiềm năng đó - có nghĩa là người đó sẽ nói, "đồng ý!" đó là lúc mà chúng ta chuyển sự Đồng tình thành lợi nhuận. Khi đã đạt được sự Đồng tình, đó là cách mà nó trở thành một giá trị quan trọng cho người làm marketing. Nói cách khác, bước cuối cùng này là để nâng sự Đồng tình lên thành một trường hợp lợi ích cho cả đôi bên. Nên nhớ, lúc này chúng ta đã đạt được một thứ giá trị nhất mà người tiêu dùng có thể trao cho chúng ta - sự quan tâm.

Sự Đồng tình là một Đầu tư

Không có gì tốt mà lại được cho không, và sự Đồng tình còn đáng hơn là tốt nữa. Để giành được sự Đồng tình chắc chắn và bền bỉ từ những khách hàng mục tiêu là một đầu tư tốn phí nhưng đáng giá.

Một sự Đồng tình đáng giá bao nhiêu? Theo như các báo cáo thường niên của các công ty thì AOL phải chi ra khoảng 300 USD để đạt được thêm một khách hàng mới; American Express đầu tư gần 150 USD để có thêm một người dùng thẻ tín dụng của họ. Liệu lợi nhuận từ những khách hàng mới này có đủ để bù cho những chi phí đó không? Không hoàn toàn là như vậy. Nhưng những lợi ích khác liên hệ với sự đồng tình để marketing sản phẩm cho những người dùng thẻ tín dụng này sẽ cân đối lại khoản chi phí đó. American Express không chỉ bán thẻ tín dụng của họ mà còn vô số những sản phẩm khác nữa cho người dùng thẻ của họ. Họ cũng áp dụng những công cụ quản lý dữ liệu tiên tiến theo dõi hành vi tiêu dùng để có thể cung ứng những sản phẩm thích hợp cho những người này.

Một trong những công ty chứng khoán hàng đầu ở Wall Street vẫn đang trả 15 USD chi phí truyền thông để có thể nối kết điện thoại với sự đồng tình của một khách hàng tiềm năng! Họ đã phát hiện ra hiệu lực của một cuộc điện thoại mang tính cá nhân, được chấp nhận và hợp tác và họ sẵn sàng chi trả hào phóng để có được sự đồng tình này.

Marketing Đồng tình vượt qua sự hỗn độn và cho phép người làm marketing nói chuyện với đối tượng tiềm năng như một người bạn với một người bạn. Cách giao tiếp riêng tư, dự kiến, thường xuyên và thích ứng này chắc chắn là có tác động hơn so với việc trình bày một thông điệp ngẫu nhiên, ở một nơi chốn ngẫu nhiên và vào một thời gian ngẫu nhiên.

Marketing Đồng tình là có dự kiến, riêng tư và thích ứng.

Dự kiến - mọi người chờ đợi để nghe những gì chúng ta nói.

Riêng tư - những thông điệp dành riêng cho từng cá nhân một.

Thích ứng - marketing về một thứ mà đối tượng tiềm năng quan tâm.

Hãy nghĩ đến việc chọn một chỗ ăn trưa. Nếu chúng ta được biết về nơi chốn đó chỉ qua quảng cáo, một cuộc điện thoại không dự kiến hay từ một lá thư quảng bá trực tiếp, chúng ta thường sẽ quên đi những giới thiệu tương tự. Nhưng nếu một người bạn đã từng giới thiệu về nhà hàng nào đó với ta, chúng ta sẽ ghi nhớ và sẽ muốn thử xem chỗ đó ra sao.

Marketing Đồng tình cho phép chúng ta chuyển những người xa lạ, những người có thể làm ngơ với những cách giới thiệu không thân thiện, thành những người sẵn sàng quan tâm đến thông điệp của chúng ta, những thông điệp đã được dự kiến là sẽ nhận được.

Một người làm Marketing Quấy rối tìm một chỗ làm bằng cách gởi đi vô số những bản lý lịch công tác đến với vô số những người xa lạ. Một người làm Marketing Đồng tình đạt lấy một việc làm bằng cách tập trung vào một công ty và hợp tác với công ty đó cho đến khi đạt được tín nhiệm và rồi được giao cho vị trí công việc mong muốn.

Một nhà xuất bản áp dụng Marketing Quấy rối bán sách thiếu nhi của họ bằng cách gởi sách đến các nhà sách với hy vọng là các đối tượng mục tiêu sẽ đi ngang qua những nơi đó và bị hấp dẫn bởi sách của họ ở đó. Người làm Marketing Đồng tình sẽ tạo thành các câu lạc bộ sách ở các trường học trên khắp đất nước để giới thiệu sách của họ.

Một người làm Marketing Quấy rối sẽ bán một sản phẩm mới bằng cách giới thiệu nó trên một kênh truyền hình cấp quốc gia. Một người làm Marketing Đồng tình bán một sản phẩm mới bằng cách báo cho mọi khách hàng hiện hữu của họ về cách để có được mẫu miễn phí sản phẩm mới.

Marketing Đồng tình là một cách thích ứng mới của một khái niệm cũ

Marketing Đồng tình không hề hào nhoáng theo kiểu mướn một người như Steven Spielberg để đạo diễn cho một phim quảng cáo với những siêu mẫu hàng đầu. Nó cũng không dễ dàng như phát thêm một chục tờ quảng cáo nữa. Nó cũng không rẻ tiền như thành lập một trang web và rồi chờ đợi thiên hạ vào thăm qua các trang dò tìm khác. Thực tế, đó là một công việc nặng nhọc.

Điều có thể tệ nhất là Marketing Đồng tình đòi hỏi ở chúng ta lòng kiên nhẫn. Các chiến dịch Marketing Đồng tình phát triển lên dần dần cùng với thời gian - điều trái ngược hẳn với những gì mà hầu hết những người làm marketing ngày nay trông đợi. Marketing Đồng tình đòi hỏi chúng ta phải thay đổi niềm tin. Ngay cả một chiến dịch Marketing Quấy rối tệ hại nhất cũng đạt ngay được một số kết quả nào đó, trong lúc một chiến dịch Marketing Đồng tình đòi hỏi một nền tảng căn bản và một niềm tin trong sự bền bỉ để khái niệm Đồng tình thành hình trước khi có thể đơm hoa kết trái thành công.

Marketing Đồng tình là một quá trình có thể đo lường chứ không mù mờ như quá trình Marketing Quấy rối. Nó phát triển cùng với thời gian và trở thành một phần giá trị tăng dần của công ty áp dụng nó. Chúng ta càng cố kết với một chương trình Marketing Đồng tình bao nhiêu, nó càng hoạt động tốt hơn cùng với thời gian. Quá trình Marketing Đồng tình chính là chìa khóa để thành công trong thời đại hỗn độn của chúng ta. Như Jay Conrad Levinson (người sáng tạo ra Guerilla Marketing) đã nói, tất cả những gì cần có cho một người làm marketing thành công chỉ là sự sáng tạo, thời gian và tiềm lực.

Vậy nếu Marketing Đồng tình hiệu quả như vậy và các ý tưởng căn bản của nó không có gì là mới mẻ, tại sao khái niệm này lại không được bao nhiêu người áp dụng trong những năm qua?

Marketing Đồng tình vẫn hiện hữu, nhưng nó chỉ đạt được lợi thế từ những công nghệ mới tốt hơn là các hình thức marketing khác. Internet là một phương tiện truyền thông trực tiếp lớn nhất của mọi thời, chi phí thấp và tính tương tác thường xuyên của nó chính là lợi khí lý tưởng để phát triển khái niệm Marketing Đồng tình.

Vào lúc đầu, Internet tạo thành sự quan tâm của những người làm Marketing Quấy rối. Họ lao vào, chi ra nhiều tỷ USD để áp dụng khái niệm Marketing Quấy rối vào phương tiện này, làm cho môi trường mới này trở nên hỗn độn, để rồi chỉ nhận lãnh lấy thất bại. Marketing Đồng tình chính là công cụ để mở trói cho sức mạnh tiềm tàng của Internet. Sức kích hoạt của Marketing Đồng tình đối với phương tiện truyền thông mới này cộng với sự hỗn độn tràn ngập đang tác động đến Internet cũng như mọi phương tiện truyền thông khác, đã làm cho Marketing Đồng tình trở thành một hướng phát triển mạnh mẽ nhất của marketing trong những thập niên đầu của thiên niên kỷ mới.

Tác động như một hình thức phát triển truyền thông mới trong lúc sự hỗn độn càng lúc càng tràn ngập, đó chính là giá trị của sự Đồng tình, điều sẽ chi phối lợi nhuận của những người làm marketing trong tương lai.

#

- II -

NHỮNG BƯỚC PHÁT TRIỂN CỦA MASS MARKETING

Quảng cáo Đại chúng tạo thành
những Người làm Marketing Đại chúng

Một trăm năm trước đây, những người buôn bán, sản xuất nhỏ chi phối hoàn toàn nền kinh tế thế giới. Mọi đồng tiền tạo thành từ kinh doanh hầu như đều thuộc về những ông chủ tư nhân, những nhà sản xuất nhỏ. Những người buôn bán, sản xuất ở từng địa phương có đủ khả năng để đáp ứng và được những khách hàng không hề có thẻ tín dụng, điện thoại hay một tài khoản ngân hàng, tin tưởng.

Không có truyền thông đại chúng hay công nghệ sản xuất đại trà, mọi công cuộc kinh doanh vẫn cứ mãi nhỏ bé và ở tầm mức địa phương như cũ. Những ông chủ nhỏ này không thể nào tưởng tượng ra được việc quảng cáo ở tầm mức toàn quốc hay toàn thế giới như hiện nay. Họ chỉ có thể đạt được từng khách hàng mới một qua truyền miệng từ người này đến người khác.

Các chủ kinh doanh thường biết rõ giá trị của những khách hàng mà họ giao tiếp và có những cách ứng xử phù hợp với từng người một. Những người bán hàng này thường bỏ ra nhiều thời gian với khách hàng của mình và họ biết việc giao tiếp một cách cá nhân này sẽ đáp trả lại cho họ những gì.

Người tiêu dùng đáp ứng với sự quan tâm cá nhân này và dự kiến sẽ nhận được những gì từ việc được quan tâm đó. Một người bán sách của địa phương thường đọc trước các cuốn sách trước khi giới thiệu chúng với khách hàng của họ. Một người bán hàng tạp hóa sẵn sàng và vui vẻ giới thiệu về mùi vị của một sản phẩm mới nào đó với người khách hàng mới. Việc một chủ cửa hàng dành thêm thời gian cho một khách hàng nào đó, dù cũ hay mới, hay cho một nhà cung cấp thường cũng là người hàng xóm của họ là một chuyện bình thường.

Các Thương hiệu lớn tạo thành Truyền thông Quấy rối

Các thương hiệu khổng lồ và các công ty đa quốc gia được tạo thành cùng với những thay đổi công nghệ mang tầm mức quốc tế được hình thành.

Thay đổi đầu tiên và trước hết là cuộc cách mạng công nghiệp. Không có nền kinh tế hình thành từ sự xuất hiện của các nhà máy lớn, không có lý do để các công ty và thương hiệu cần phải phát triển lớn hơn. Khi mọi thứ đều được làm thủ công, việc có thêm nhiều thợ thủ công không làm cho việc kinh doanh của ai hiệu quả và nhanh chóng hơn bao nhiêu.

Cùng với nền kinh tế phát triển, các công ty đối mặt với một sự chọn lựa. Họ có thể lớn mạnh lên hay là sẽ tàn lụi đi. Các chủ doanh nghiệp nhận thấy những cơ hội từ việc tăng trưởng việc kinh doanh và bỏ thêm tiền vào việc kinh doanh để giành lấy các cơ hội đó.

Sự phát triển của các phương tiện vận chuyển tạo thành sự thuận tiện cho việc chuyển giao hàng hóa. Các công ty có thể mua nguyên liệu theo giá sỉ, sản xuất nhiều mặt hàng khác nhau và rồi chuyển hàng đi khắp đất nước hay ngay cả khắp thế giới.

Kết quả là các công ty bắt đầu cần đến quảng cáo đại chúng. Sẽ không là gì khi có một nhà máy sản xuất lớn mà lại không thể tiêu thụ sản phẩm cho những thị trường rộng lớn. Các công ty không thể thực sự giành được những cơ hội của mình nếu họ không khuyến dụ được nhiều người tiêu dùng mua và sử dụng các sản phẩm của họ. Các công ty lớn không còn có cách gì khác hơn để bán được sản phẩm của mình với số lượng lớn ngoài việc tìm ra phương tiện để hấp dẫn được một số lượng lớn những đối tượng tiềm năng.

Không có gì đáng ngạc nhiên khi không phải là những nhà máy hay các phương tiện vận chuyển là nguyên nhân tạo thành mức tăng lợi nhuận to lớn mà chính là quảng cáo. Marketing nhanh chóng trở thành một phần giá trị nhất trong hoạt động của một công ty. Khả năng thu hút được một công chúng lớn đến với sản phẩm qua quảng cáo là một phát hiện của các công ty vào thời đó. Bắt đầu là thích thú và rồi dần dà trở thành lệ thuộc, họ dựa toàn bộ công cuộc kinh doanh và tổ chức của họ quanh các phương tiện có khả năng đạt đến những bộ phận công chúng rộng lớn.

Những người thực hiện quảng cáo trong thập niên 1920 được xem như những người cứu chuộc của xã hội công nghiệp hóa, những người đầy tri thức có thể giành lấy những sức mạnh đáng nể từ đại chúng. Những người tạo thành sức mạnh cho những người dân bình thường, bình ổn giá cả và nâng cao trách nhiệm của những nhà sản xuất đối với những sản phẩm của họ.

Khi quảng cáo, các nhà sản xuất nhận ra (đôi khi chỉ là ngẫu nhiên) một sự thật tuyệt vời: càng quảng cáo, mãi lực của họ càng tăng và giá trị của mãi lực này vượt xa chi phí mà họ dành cho quảng cáo. Sự phát triển của các phương tiện truyền thông để đáp ứng trước hết cho nhu cầu quảng cáo chính là hệ quả từ phát hiện này của các nhà công nghiệp. Những người làm Marketing Quấy rối cần phải có một cái gì đó để làm phương tiện quấy rối. Thế là các loại báo và tạp chí theo nhau xuất hiện tràn ngập và Marketing Quấy rối đã hình thành buổi bình minh của truyền thông đại chúng như chúng ta đã biết.

Sự phát triển này có thể được tóm tắt trong câu chuyện của Crisco.

Crisco: sự Phát triển của Marketing vị sản phẩm

Năm 1890, những người sáng lập ra Procter & Gamble đã khởi đầu công cuộc kinh doanh của họ với sự thành công của xà bông Ivory, loại xà bông đóng gói và được thương hiệu hóa đầu tiên trên thị trường lúc đó để cạnh tranh với các loại xà bông làm thủ công có mặt ở hầu hết các cửa tiệm tạp hóa tại các địa phương vào thời đó. Đó là một công cuộc kinh doanh phát triển nhanh chóng và đầy lợi nhuận cho công ty non trẻ này, nhưng sự thành công này ngay lập tức nảy sinh vấn đề. Nguồn dầu bông vải, nguyên liệu chính trong sản xuất xà bông Ivory, quá giới hạn.

Nguồn dầu bông vải chỉ được sản xuất và kiểm soát chặt chẽ bởi một vài tập đoàn sản xuất và hầu hết sản lượng dầu bị chi phối bởi ba nhà buôn lớn chuyên ngành. P&G đang phát triển một sản phẩm khác nữa cũng cần đến dầu bông vải. Với hai sản phẩm chính và một nhu cầu lớn về dầu bông vải, P&G buộc phải tìm cách tác động đến các tập đoàn sản xuất dầu. Tác động tốt sẽ dẫn đến những nguồn cung cấp và giá cả tốt hơn cho P&G.

Sau bốn năm nỗ lực nghiên cứu để phát triển một sản phẩm được sản xuất bằng một lượng lớn dầu bông vải, họ đã tạo thành Crisco, một sản phẩm được thiết kế để thay thế bơ động vật như Ivory đã thay thế cho xà bông thủ công.

Năm 1908, P&G tung Crisco ra thị trường. Vào lúc đó chưa có tạp chí Time hay một phương tiện truyền thông đại chúng nào tương tự, họ đã áp dụng một hình thức Marketing Đồng tình.

Họ bắt đầu bằng cách trả tiền cho các hãng xe lửa để những hãng này dùng Crisco trong việc làm bánh phục vụ trên tầu thay vì bơ động vật (và giới thiệu với hành khách về Crisco khi loại bánh này được phục vụ). P&G cũng mở những buổi tiệc trà ở hầu hết các thành phố lớn để mời các công dân quan trọng ở những nơi này cùng với vợ con của họ. Đương nhiên, ngoài trà ra mọi thứ được phục vụ trong buổi tiệc đó đều được nấu nướng với Crisco.

Sau hết, P&G phát hành một loạt sách dạy nấu ăn. Với một kỹ thuật Marketing Đồng tình cổ điển, P&G không cố giới thiệu sản phẩm của mình mà thay vào đó họ phổ biến sách dạy nấu ăn với câu chuyện về lợi ích của sản phẩm trong đó. Cuốn sách này mau chóng trở thành một cuốn sách thông dụng trong nhà bếp của nhiều gia đình.

Chiến dịch thành công rực rỡ. Crisco trở thành sản phẩm mang lại lợi nhuận chính cho P&G, tác động mạnh đến các cửa hàng tạp hóa cũng như làm thay đổi cung cách nấu nướng của các bà nội trợ.

Khi mọi việc đã tạm trôi chảy, P&G nhận ra rằng một mình Marketing Đồng tình không là chưa đủ để phát triển nhanh chóng số người sử dụng sản phẩm. Họ thực hiện một chiến dịch Marketing Quấy rối để đáp ứng cho nhu cầu về dầu Crisco đang phát triển. Họ đã có một căn bản mãi lực, bây giờ họ cần mở rộng nó ra hơn nữa và thật nhanh chóng. P&G bắt đầu bỏ tiền ra để quảng cáo rộng khắp. Và bởi sự hỗn độn khi đó chưa thành hình nên quảng cáo đã thể hiện vai trò của nó đầy hiệu lực một cách nhanh chóng.

Marketing Quấy rối tạo thành Lợi thế cho Marketing Đồng tình ra sao

Thế giới sản xuất nhanh chóng nhận ra lợi thế của Quảng cáo Đại chúng đối với việc xây dựng thương hiệu, những người làm marketing đại chúng đổ xô đến với Marketing Quấy rối vì những lý do vô cùng đơn giản.

Thực hiện Marketing Quấy rối là dễ dàng. Tạo thành quảng cáo và rồi phát hành ở mọi nơi có thể.

Marketing Quấy rối có tỷ lệ. Cần bán được nhiều hơn, chỉ cần làm nhiều quảng cáo hơn.

Marketing Quấy rối có thể dự kiến. Với kinh nghiệm một người làm Marketing Đại chúng có thể dự kiến được tỷ lệ doanh thu so với tiền quảng cáo.

Marketing Quấy rối phù hợp với sự ưa chuộng của các công ty lớn. Họ có thể kiểm soát được các quảng cáo và không có những tác động tai hại xẩy ra.

Marketing Quấy rối mang lại lợi nhuận. Một sản phẩm đúng mang lại lợi nhuận xứng đáng so với chi phí quảng cáo.

Những người làm Marketing Đại chúng mang lại lợi ích cho tổ chức của họ với cách tiếp cận này. Họ tạo nên những giám đốc thương hiệu, những hãng quảng cáo, các công ty đo lường và các nhóm đối tượng mục tiêu để chính thức hóa đưa Marketing Quấy rối lên ngôi.

Việc tập trung vào Marketing Quấy rối cho phép những thương hiệu lớn trở thành lớn hơn và có vị thế chi phối hơn. Và việc này hình thành vị thế chi phối môi trường marketing của các công ty quảng cáo.

Điều này tạo thành hai xu hướng quan trọng:

Thứ nhất, hiệu lực của các công ty quảng cáo tác động đến toàn thể thị trường. Thứ hai, quan trọng hơn, các công ty không còn thực sự cần đến những người làm marketing sáng tạo nữa.

Nói trực tiếp thì các công ty không còn thực sự cần người để củng cố các chương trình marketing của họ nữa. Họ tuyển dụng người và huấn luyện để làm đúng những gì mà họ đã thực hiện và đã thành công. Rồi… những người làm marketing ngày nay nhận thấy là các kỹ thuật mà họ được yêu cầu áp dụng không còn hiệu lực như trước kia nữa. Nhưng họ được tuyển dụng để thực hiện chứ không phải để gây rối và đặt ra những câu hỏi mà không một cấp lãnh đạo nào muốn nghe.

Marketing Đồng tình là một mối đe dọa lớn nhưng cũng cùng lúc là một cơ may lớn hơn nữa. Như máy fax đã từng làm thay đổi môi trường dịch vụ thư tín. Marketing Đồng tình sẽ thay đổi cách thức marketing mà các công ty vẫn dùng để marketing sản phẩm.

Hầu hết các công ty lớn sẽ vẫn bám lấy niềm tin tồn tại của các cách thức marketing đã đưa họ đến với vị trí vững vàng hiện nay. Chính điều này sẽ tạo thành những cơ hội lớn cho các công ty mới của thế kỷ 21, những công ty chưa có gì đáng kể để phải nuối tiếc khi vứt bỏ đi, những công ty đa dạng và dấn thân thách thức với một phương cách khác hẳn để giành lấy và lưu giữ khách hàng.

#

- IV -

KHỞI ĐỘNG – TẬP TRUNG VÀO THỊ PHẦN KHÁCH HÀNG THAY VÌ PHẦN CHIA THỊ TRƯỜNG

Từ bỏ 70% khách hàng để nhìn thấy
lợi nhuận tăng trưởng

Hơn hai mươi năm trước, năm 1996, Don Peppers và Martha Rogers đã cho ra đời một cuốn sách làm thay đổi toàn cảnh marketing mãi mãi. Cuốn sách có tên *Tương lai Một đối Một* (The One to One Future), đề nghị những người làm marketing nên suy nghĩ lại về cách xử sự với khách hàng của họ. Peppers và Rogers giới thiệu một cách thức để các công ty có thể tăng lợi nhuận qua việc bán nhiều hàng hơn cho một số khách hàng ít hơn. Nói cách khác, họ tin là khôn ngoan hơn khi chú tâm vào phát triển mãi lực trên một số phần trăm những khách hàng hiện hữu hơn là cố gắng giành thêm khách hàng mới.

Ý tưởng này của họ nhắc trực tiếp đến một vấn đề ẩn mật của Marketing Đồng tình: giành thêm khách hàng mới là đắt đỏ. Để có được khách hàng mới, chúng ta cần phải bỏ tiền ra để những người này chú ý và rồi vẫn phải tiếp tục nỗ lực để hướng dẫn họ. Điều đáng nói là chính khách hàng cũng phải trả giá đắt cho điều này, họ phải bỏ thời gian đang càng lúc càng thiếu hụt của mình ra để lượng định và tìm hiểu về chất lượng và những tiện ích của sản phẩm.

Hai tác giả này biện luận, thay vì tập trung tìm cách tăng thêm số lượng khách hàng - hãy tập trung vào việc lưu giữ những khách hàng hiện hữu lâu dài hơn và bán được nhiều hàng hóa hơn cho những khách hàng này.

Cũng như trong những ngày xưa cũ, khi một người bán hàng chỉ có được một số lượng khách hàng hạn chế và phải nỗ lực hết mình để có được doanh thu tối đa từ số khách hàng có được đó. Ngày nay, cùng với công nghệ, các công ty có thể kết hợp cách suy nghĩ xưa cũ đó cùng với việc tăng trưởng lượng khách hàng căn bản cùng lúc.

Nếu một công ty như AT&T đã phải chi phí nhiều trăm USD để có thể có thêm một khách hàng mới và người khách mới này đem đến cho họ chỉ khoảng vài ba mươi USD tiền chi phí dịch vụ hàng tháng. AT&T nên hình dung ra những phương cách khác nữa để tăng thêm doanh thu từ người khách hàng này thay vì chỉ tập trung mọi nỗ lực của mình để có thêm được những khách hàng mới tương tự.

Bằng cách bán thêm dịch vụ điện thoại di động, dịch vụ an toàn viễn thông tại nhà và phát triển thêm những dịch vụ khác nữa nhắm vào những khách hàng đã có, AT&T hoàn toàn có thể giảm bớt được chi phí giành thêm khách hàng mới của mình.

Levi's đã tạo nên những thương hiệu quần jean phụ nữ nổi tiếng trên khắp nước Mỹ. Các loại quần jean may sẵn nhưng lại không hề có sẵn tại các cửa hàng. Thay vì vậy, khách hàng phụ nữ được lấy số đo và rồi những số liệu này được chuyển về trụ sở của Levi's, ở đây sẽ lưu trữ lại và chuyển đến các cơ xưởng sản xuất phù hợp. Một cái quần jean theo số đo riêng được hoàn thành mau chóng và chuyển đến cửa hàng nơi khách hàng đã đặt.

Cửa hàng được hưởng hoa hồng trên chi phí sản xuất, Levi's tiết kiệm được chi phí quảng cáo và tránh được rủi ro trong việc tồn kho. Và hơn hết cả, một khi khách hàng đã được lấy số đo và lưu trữ thật khó có lý do gì có thể buộc họ phải bận tâm tìm đến một thương hiệu nào khác chỉ vì giá rẻ hơn một phần nào đó.

Để hoàn thiện cách tiếp cận marketing một đối một, hai tác giả trên yêu cầu chú tâm vào bốn điều khi bán hàng.

1- Tăng thêm "phần chia túi tiền". Xác định ra những nhu cầu của khách hàng mà chúng ta có thể thỏa mãn và sử dụng những hiểu biết và niềm tin đã tạo dựng được với người khách đó để bán thêm các sản phẩm khác.

2- Tăng cường tính bền bỉ của mối quan hệ. Đầu tư vào việc lưu giữ khách hàng, đỡ tốn phí hơn giành thêm khách hàng mới.

3- Tăng thêm sản phẩm cung ứng cho khách hàng. Tập trung vào khách hàng thay vì tập trung vào bán hàng hay sản xuất, một nhà sản xuất hay cung cấp có thể mở rộng chủng loại sản phẩm của mình lên một cách hiệu quả hơn và từ đó tăng thêm phần chia túi tiền.

4- Tạo thành mối quan hệ tương tác sẽ giúp chúng ta tiếp cận nhu cầu của khách hàng minh bạch, chính xác hơn. Bằng cách khuyến khích khách hàng trao đi thông tin cá nhân, người làm marketing có thể đáp ứng được nhiều nhu cầu của họ hơn.

Thực hiện hiệu quả các kỹ thuật này không phải là dễ dàng và không tốn kém, nếu không mọi người đều đã áp dụng. Để thể hiện được điều này đòi hỏi phải đầu tư vào công nghệ với sự chú tâm và lòng tận tụy để thực hiện đúng. Phương cách này cũng tạo thành những áp lực đối với tổ chức - giá trị của khách hàng tăng lên và vì vậy mất đi một người khách sẽ là một mất mát lớn hơn.

Dùng sự Đồng tình ngay từ đầu Quá trình Marketing

Don Peppers và Martha Rogers đã mở mắt cho nhiều người làm marketing và họ bắt đầu nhìn ngược lại quá khứ sau khi thương vụ đầu đã có. Khi nhận thức được chi phí đạt khách hàng mới là đắt đỏ và giá trị cả đời của khách hàng là lớn, lý thuyết một đối một phát huy tác dụng và đem lại lợi nhuận to lớn.

Marketing Đồng tình không chỉ yêu cầu nhìn ngược lại mà người làm marketing còn phải nhìn tới trước nữa. Thách thức mà những người làm marketing thường đối mặt là họ nhận thức quá trễ.

Cần phải tổ chức lại quá trình nhận thức nhu cầu mới của khách hàng. Như quá trình phát triển từ sâu để trở thành bướm, các đối tượng tiềm năng trải qua một chu kỳ năm bước.

Người lạ

Bạn hữu

Khách hàng

Khách hàng trung thành

Khách hàng trước đây

Hầu hết những người làm marketing ngày nay không ghi nhận, theo dấu và tương tác với đối tượng tiềm năng cho đến khi những người này trở thành khách hàng của họ. Một số lại còn không cả chú ý đến khi những khách hàng này khi họ trở thành khách hàng trung thành. Bất hạnh hơn nữa, một ít người lại còn không nhận biết cả khi những khách hàng trung thành chuyển thành khách hàng trước đây nữa.

Khi chấp nhận chi phí cao để nói chuyện với những người xa lạ, người làm marketing Đồng tình tập trung sự chú tâm của họ về phía trước. Họ cần phải có sẵn một quá trình để trao đi cho những người xa lạ ngay khi những người này vừa bày tỏ ý quan tâm.

Đúng lúc đó một loạt thông điệp marketing liên hợp bắt đầu được áp dụng. Mục tiêu của các thông điệp này là hướng dẫn, khuyến dụ và cổ vũ đối tượng tiềm năng này trở thành bạn hữu. Và khi họ đã thân thiện, áp dụng những cách thức marketing tập trung để chuyển đổi họ thành một khách hàng.

Hầu hết các công ty ngày nay đều không hề nghĩ chút nào đến quá trình này. Họ chỉ tập trung vào việc quấy rối ngẫu nhiên và hy vọng một số người nào đó sẽ trở thành khách hàng của họ.

Marketing Đồng tình cùng với công nghệ máy tính tiên tiến có thể làm thay đổi cách thực hành marketing không còn thực tiễn này. Ngày nay chúng ta có thể chọn lấy những đối tượng tiềm năng mình muốn đạt đến. Khi chúng ta đạt được đến những người đã định, những thông điệp sẽ được yêu cầu, những tiện ích rồi được trao đi. Chúng ta có thể tạo thành hàng chục, thậm chí hàng trăm lối đi để đối tượng tiềm năng này noi theo ngay từ lần gặp gỡ đầu tiên cho đến khi đạt được sự đồng tình.

Nếu những thông điệp chúng ta trao đi là có dự kiến, cá nhân và thích ứng, chúng sẽ vượt qua sự hỗn độn và tăng trưởng sự hiểu biết của đối tượng tiềm năng về các tiện ích được cung ứng. Một tổ chức tập trung vào ý tưởng này ngay từ sớm trong quá trình marketing sẽ luôn thể hiện vượt trội hơn các đối thủ không thể hiện được như họ.

Sự Cộng lực tự nhiên của Marketing Đồng tình và Marketing Một đối Một

Như chúng ta có thể nhận thấy, Marketing Đồng tình chính là bà con với Marketing Một đối Một. Quá trình Một đối Một bắt đầu với lần mua đầu tiên thì Đồng tình bắt đầu ngay từ lần quan hệ đầu tiên.

Marketing Đồng tình được tiến hành để chuyển một người xa lạ thành bạn hữu và rồi bạn hữu thành khách hàng.

Marketing Một đối Một cũng áp dụng những kỹ thuật tương tự, trao đổi kiến thức, dùng tần xuất và liên hệ để chuyển khách hàng thành siêu khách hàng. Marketing Một đối Một không hề cạnh tranh với Marketing Đồng tình, chúng là một phần của một quá trình hết sức gần gũi. Người làm Marketing Một đối Một nhận được sự đồng tình sau khi một ai đó đã trở thành khách hàng và dùng sự Đồng tình đó để chuyển họ thành những siêu khách hàng.

Người làm Marketing Một đối Một nỗ lực để chuyển sự chú tâm từ việc tìm ra thật nhiều khách hàng mới như có thể sang tìm lấy giá trị tối đa từ một khách hàng,

Người làm Marketing Đồng tình thể hiện để chuyển từ sự tập trung từ việc tìm ra thật nhiều đối tượng tiềm năng như có thể sang chuyển đổi thật nhiều đối tượng tiềm năng thành khách hàng như có thể. Sau đó không ngừng củng cố sự đồng tình đã đạt được.

Chúng ta không thể tạo dựng một quan hệ một đối một với một khách hàng nếu không đạt được sự chấp nhận hòa nhập với quá trình từ người này. Mọi thứ, từ việc tìm ra cỡ giày như ý cho đến thành lập các hệ thống máy tính nối liền với các đại lý đều cần đến sự đồng ý của cả đôi bên.

Bằng cách đo lường mức độ Đồng tình của khách hàng (người thì chỉ chấp nhận mua hàng khi được bảo đảm quyền hoàn trả, người thì chấp nhận cho gọi điện thoại thông báo về sản phẩm mới...), chúng ta có thể bắt đầu theo dấu lợi nhuận trong việc đầu tư vào Marketing Đồng tình. Bằng cách tập trung vào cấp độ Đồng tình đạt được từ một khách hàng, chúng ta có thể ghi nhận được giá trị của sự Đồng tình đó.

Frank Britt và Tim DeMello, chủ của công ty Streamline - những người đã tạo thành một hình thức dịch vụ mới hoàn toàn thích hợp cho thời buổi hỗn độn ngày nay ở Mỹ, có thể được xem như những người tiên phong trong việc áp dụng Marketing Đồng tình và Một đối Một. Streamline nhắm vào các chuyển biến xã hội và công nghệ đang làm thay đổi cuộc sống của chúng ta và tạo thành một công cuộc kinh doanh lạ thường đáng được xem như một mô hình của tương lai. Họ giúp cho khách hàng của họ có thể tiết kiệm và có thêm thời gian bằng cách làm thay cho họ những việc lặt vặt thường ngày.

Với sự đồng lòng từ bạn, họ sẽ lắp đặt một tủ lạnh và một thùng chứa ở một nơi nào đó trong nhà bạn mà họ có thể ra vào trong những lúc bạn vắng nhà. Họ thu thập mọi thông tin về sản phẩm ưa chuộng và những việc phải làm ở nhà của bạn, sau đó bạn chỉ cần liên hệ với họ qua mạng Internet để lên một danh sách các việc cần làm và các thứ cần mua sắm trong tuần. Họ sẽ chu toàn mọi thứ lặt vặt đó cho bạn trong khi bạn đi làm.

Và dần dà, với sự đồng tình đạt được từ khách hàng, họ cung ứng thêm cho khách hàng những dịch vụ khác nữa như, đưa đón con cái, chăm sóc vệ sinh nhà cửa, vườn tược và còn nhiều thứ lặt vặt khác nữa theo nhu cầu của khách hàng.

Một ví dụ nữa về Marketing Đồng tình là Amazon. Com, một nhà sách đầu tiên, một thương hiệu lớn đầu tiên trên mạng. Mô hình bán sách của họ không phải là một thứ kỹ thuật không thể bắt chước, giá của họ cũng không phải là tốt nhất (bởi tầm mức nhỏ hơn của họ) so với những nhà sách lớn hơn như Barnes & Nobles. Vậy điều gì có thể giữ cho họ tồn tại và vượt qua những đối thủ cạnh tranh trực tiếp trong hiện tại và tương lai. Đó chính là những mối quan hệ tương tác đã được thiết lập, sự Đồng tình mà họ đã được trao cho, tài sản giá trị nhất mà họ đã đạt được qua quá trình hoạt động. Với hàng triệu khách hàng hiện hữu, tương lai thực sự của họ nằm ở việc xuất bản. Nếu một cuốn sách ra đời và được giới thiệu đến hàng triệu độc giả sẵn lòng chờ đợi vì đó là một cuốn sách đúng ý thích của họ, điều gì sẽ xảy ra? Không cần phải trả lời, chắc chắn là bạn cũng đã dự kiến được sự thành công chắc chắn và to lớn của những cuốn sách này.

Tiến thêm một bước nữa, khi một cuốn sách nào đó đã được bán ra đến hàng triệu bản qua Amazon, họ sẽ gởi đến từng người đã mua (không hề tốn phí với thư điện tử) và thông báo nếu những người này muốn có thêm tác phẩm mới của tác giả đã viết cuốn sách trên, cuốn sách mới đó sẽ sớm được phát hành độc quyền trên Amazon.com. Lúc này Amazon hoàn toàn có thể liên hệ và đề nghị với tác giả đó một món tiền và một dự kiến mãi lực nhiều trăm ngàn cuốn chắc chắn ngay từ khi mới phát hành. Với một dự kiến mãi lực như thế, Amazon hầu như chắc chắn sẽ đạt được thỏa thuận như họ mong muốn.

Và sự việc trên có thể xẩy ra không chỉ với một vài cuốn sách hay tác giả mà là hoàn toàn có thể với hàng trăm, hàng ngàn tác giả trên toàn thế giới. Sức mạnh của Marketing Đồng tình là hoàn toàn thực tế, Amazon sẽ thay đổi hoàn toàn bộ mặt của ngành công nghiệp sách trong tương lai.

Đó là cách để hình dung ra sức mạnh của Marketing Đồng tình. Công nghệ đem lại cho những người làm marketing khả năng có được một ký ức hoàn hảo về khách hàng và một mối quan hệ tương tác với khách hàng qua Internet.

Bằng cách hướng dẫn những người xa lạ qua từng nấc thang đồng tình một, từ nấc quấy rối đầu tiên cho đến khi những người xa lạ bằng lòng trao đi sự đồng tình của họ để chúng ta giới thiệu và rồi mua những gì chúng ta bán với sự hợp tác đôi bên cùng có lợi. Những người làm marketing Đồng tình đạt được khả năng đánh giá hoàn toàn lạc quan cả quá trình marketing của họ. Các kết quả rõ ràng là tuyệt đẹp. Bằng cách không ngừng tăng trưởng hiệu quả và khả năng lượng định các hệ thống marketing, chúng ta hoàn toàn có thể nhân bội lợi nhuận cho công ty của mình.

Những người bán hàng và marketing truyền thống tìm đủ cách để tăng trưởng phần chia thị trường, có nghĩa là bán nhiều sản phẩm hết mức cho thật nhiều người như có thể. Marketing Một đối Một lại nỗ lực để tăng trưởng phần chia khách hàng, nghĩa là khuyến khích những khách hàng sẵn có mua nhiều sản phẩm của họ hơn, chỉ mua sản phẩm từ họ và hài lòng mà sử dụng chúng thay vì những sản phẩm khác của các đối thủ. Trên thực tế, giá trị của khách hàng trong hiện tại chính là căn bản của mãi lực tương lai.

Loại bỏ 70% khách hàng hiện hữu hỗ trợ việc Kinh doanh ra sao

Khi chúng ta có một số lượng lớn những người xa lạ vẫn đang tìm đến với mình từ những nỗ lực Marketing Quấy rối, chúng ta không lo lắng mấy đến việc bảo vệ và lưu giữ khách hàng hiện tại của mình. Mặc dù việc cố kết với những khách hàng hiện hữu rõ ràng mang lại nhiều lợi ích hơn, nhưng nhiều người làm marketing quấy rối lại không hề cảm thấy thoải mái với những thay đổi đã được báo trước này.

Một trường hợp về thương mại điện tử sẽ làm cho vấn đề này rõ ràng hơn. Một người tiêu dùng đặt mua một số đĩa DVD từ một website. Tiền trên thẻ tín dụng của người tiêu dùng đã nhanh chóng được chuyển đi nhưng mãi ba tuần sau người này vẫn chưa nhận được những gì mình đã trả tiền.

Người này gởi một nhắc nhở đến bộ phận dịch vụ khách hàng của website này qua thư điện tử. Không có trả lời, một tuần sau người tiêu dùng này gởi một thư đến vị giám đốc của công ty.

Ngày hôm sau người này nhận được thư trả lời, bức thư chỉ vỏn vẹn có ba từ, "Nhận lại tiền."

Như vậy là công ty đã quyết định, họ không cần đến người khách hàng này. Nhưng những gì mà họ nên học tập là họ không chỉ đánh mất giá trị của một vụ mua bán với người tiêu dùng đó, họ đã đánh mất sự đồng tình của người này với việc bán hàng cả đời mà người đó sẽ dành cho họ.

Hãy suy nghĩ về việc này, công ty này đã có được mối quan hệ với người tiêu dùng đó , đã có được số thẻ tín dụng, biết được những đĩa DVD yêu thích của người kia. Nếu công ty này biết trân trọng sự đồng tình mà người tiêu dùng đó đã trao đi, họ còn có thể và sẽ bán được cho người này một số DVD trị giá đến vài chục, vài trăm lần hơn trong trong thời gian sau đó chứ không chỉ là một thương vụ mà họ vứt bỏ đi. Quả là một sai lầm to lớn.

Hãy thử so sánh, nếu câu chuyện trên xẩy ra một cách khác hẳn. Cũng vẫn người khách hàng đó với website đó, nhưng lần này khi nhắc nhở của người này được gởi đến bộ phận dịch vụ khách hàng thì anh hay cô ta lập tức nhận được thư trả lời. Bức thư đó ngỏ lời xin lỗi vì những bất tiện đã gây ra do việc ghi nhận sai địa chỉ. Địa chỉ được xác nhận lại và chỉ vài ngày sau, người khách này nhận được những đĩa DVD mà mình đã mua kèm thêm một đĩa khác của một trong những ca sĩ mà anh ta hay cô ta đã đặt mua kèm theo một ghi chú nhỏ, đó là quà tặng và là một lời xin lỗi chân thành.

Rõ ràng, người khách hàng này sẽ còn đặt mua nhiều chục lần nữa với nhiều đĩa hơn nữa. Tổng thương vụ của người khách này với website đó hoàn toàn có thể đạt tới con số nhiều chục triệu đồng qua nhiều mức độ đồng tình khác nữa chứ không chỉ dừng lại ở con số vài trăm ngàn của chỉ một vài lần mua bán. Dịch vụ khách hàng là quan trọng, nhưng với Marketing Đồng tình tầm quan trọng này được chia sẻ cùng với khách hàng nữa và càng trở thành đáng giá hơn nữa.

Thực tế thì chúng ta không thể nào biết được một khách hàng nào đó sẽ thể hiện mãi lực ra sao trong tương lai. Nhưng qua giao tiếp rồi thực tế này sẽ dần minh bạch. Phần thưởng đối với một người làm marketing Đồng tình là khả năng tập trung lưu dưỡng những khách hàng đã trao phó những mức độ đồng tình cao với những cơ hội tương lai đem lại lợi ích cho cả đôi bên.

Điều này cũng có nghĩa là, có những lúc người làm marketing cũng phải trải qua các cơn ác mộng của một người bán hàng, buộc phải loại bỏ đi một số khách hàng không nên lưu dưỡng.

Bắt đầu bằng cách được đồng ý

Không có gì bất ngờ khi câu hỏi đầu tiên được những người làm Marketing Quấy rối đặt ra khi nghe đến ý tưởng Marketing Đồng tình là: "Làm sao để để biết chắc là các đối tượng tiềm năng chấp nhận?"

Những người làm Marketing Quấy rối đã trải nghiệm và chỉ đạt được những phản ứng nhất thời không thực minh bạch từ một số đối tượng tiềm năng trong một đại chúng rộng lớn, đó là một phần trong quá trình giành lấy khách hàng quen thuộc của những người làm Marketing Quấy rối.

Marketing Đồng tình cũng bắt đầu bằng những bước đơn giản tương tự. Đương nhiên mỗi một chiến dịch marketing là hoàn toàn khác biệt với nhau nhưng, các khái niệm đằng sau từng bước thể hiện của chúng vẫn thường tương tự. Chúng ta vẫn buộc phải quấy rối người tiêu dùng với những kỹ thuật Marketing Quấy rối để đạt được sự đồng ý đầu tiên của các đối tượng tiềm năng. Đó là cách để đối tượng tiềm năng nói đồng ý và bắt đầu một cuộc trao đổi thông tin dần hoàn tất cùng với thời gian, điều tạo thành niềm tin để chúng ta có thể nâng lên thành một mối quan hệ mua bán. Dù sao, trong bước đầu tiên, chúng ta vẫn phải quấy rối vào đời sống riêng tư của đối tượng tiềm năng. Người làm Marketing Đồng tình vẫn buộc phải đi bước đầu tiên với nguồn truyền thông quấy rối để đạt được sự chấp nhận ban đầu.

Cũng có những đối tượng tiềm năng tự tìm đến với chúng ta qua địa chỉ web, số điện thoại miễn phí hay bước vào cửa hàng của chúng ta, nhưng đó chỉ là ngẫu nhiên và với một số lượng vô cùng giới hạn. Còn lại chúng ta vẫn buộc phải ứng dụng những kỹ thuật Marketing Quấy rối để có thể đạt đến một số lượng đối tượng tiềm năng cần thiết. Chúng ta vẫn phải dùng truyền hình, truyền thanh, báo chí, thư trực tiếp hay các phương tiện truyền thông điện tử để gây sự chú ý với các đối tượng tiềm năng. Không có những kỹ thuật quấy rối đó, Marketing Đồng tình chưa thể bắt đầu.

Joan Kates là chủ đời thứ ba của trại hè Camp Arowhon, một khu cắm trại dành cho học sinh lâu đời nhất vùng Bắc Mỹ. Với lịch sử lâu đời, được truyền miệng rộng rãi và một danh sách những người hỗ trợ vững chắc, việc thu hút thêm khách hàng mới không phải là vấn đề ưu tiên của cô này nhưng dù sao, Arowhon cũng cần đến một cách để chuyển những người xa lạ thành thành viên của trại.

Khu trại này đã áp dụng Marketing Đồng tình để thực hiện mục tiêu này. Bước đầu tiên là quảng cáo tại các hội chợ trại hè và trên các tạp chí nhưng không giống như các đối thủ, các quảng cáo này không cố công giới thiệu về Arowhon. Joan hiểu là ít có bậc phụ huynh nào lại chọn trại hè cho con em của họ dựa trên các mẫu quảng cáo.

Mục tiêu của cô trong các hội chợ thương mại và quảng cáo chỉ là đạt được sự đồng tình để có thể gởi đến cho các đối tượng tiềm năng những thông tin chi tiết.. Gọi đến một số điện thoại miễn phí của trại hè và nhân viên ở đây nhanh chóng xác định chu cầu của đối tượng tiềm năng và gởi đến cho họ một đĩa hình và một số giới thiệu (cả đĩa hình lẫn sổ giới thiệu đều được thực hiện cực tốt).

Mục tiêu của đĩa hình hay sổ giới thiệu chỉ là đạt được sự đồng tình cho một cuộc gặp mặt trực tiếp. Chúng không hề giới thiệu về trại hè mà mục tiêu chính chỉ là yêu cầu một cuộc gặp mặt. Lúc này sau khi đã xem qua và nhìn thấy hình ảnh những trại viên vui vẻ, hào hứng, các bậc phụ huynh gần như đã sẵn sàng cho việc gia nhập của con em họ. Đến lúc này việc gia nhập sẽ được thỏa thuận qua một cuộc giáp mặt trực tiếp.

Và khi đã tham dự qua một kỳ hè tuyệt vời, những trại viên này sẽ còn muốn tham dự thêm ở những kỳ hè sau nữa và hoàn toàn có thể là sẽ cùng với anh em bà con hay bạn cùng lớp của chúng nữa. Với Marketing Đồng tình, Arowhon đã thực hiện việc bán hàng từng bước một của họ với hiệu quả rõ ràng.

Trong mỗi bước của quá trình, mục tiêu chỉ là đạt lấy sự đồng tình để được đi bước tiếp theo. Bắt đầu bằng việc quấy rối với một quảng cáo yêu cầu sự đồng tình để nhận một đĩa hình hay sổ giới thiệu, rồi từ đó giành thêm sự đồng tình cho một lần gặp mặt, cuộc gặp mặt đó sẽ đem đến một mùa hè thú vị và rồi chính từ mùa hè thú vị này sẽ đạt được sự đồng tình cho nhiều mùa hè sau nữa.

Bằng cách dùng phương tiện truyền thông để đạt lấy sự đồng tình thay vì để bán hàng, người làm marketing dễ dàng đạt được sự đáp ứng cao hơn cho những quảng cáo quấy rối của mình. Tỷ lệ đáp ứng đối với một mẫu hàng, một câu lạc bộ hay một chương trình hấp dẫn miễn phí thường cao hơn gấp năm, mười lần so với tỷ lệ đáp ứng đối với một quảng cáo bán hàng.Đây là một sự khác biệt đáng kể.

Bước hai của quá trình sau khi đã quấy rối vào tâm trí của đối tượng tiềm năng là trao đi những tiện ích miễn phí chỉ cho những đối tượng sẵn sàng nhận. Tiện ích này đáng quan tâm và không hề gây chút phiền hà nào cho đối tượng tiềm năng.

Một đối tượng tiềm năng bị quấy rối không hề hứa hẹn sẽ dành thời gian ra, một đối tượng tiềm năng bị quấy rối không sẵn sàng để điền kín một bảng câu hỏi rườm rà và đương nhiên cũng chẳng vội vàng ham hố để tìm đến nơi chốn của chúng ta. Yêu cầu của chúng ta càng đơn giản, sức dẫn dụ của nó càng lớn và đối tượng tiềm năng càng dễ đồng tình hơn. Không yêu cầu một sự đồng tình quá lớn vào lúc khởi đầu nhưng nó phải hứa hẹn một cam kết lớn hơn và lợi ích hơn cho cả đôi bên cùng với thời gian.

Hooked on Phonics đã phát một chương trình quảng cáo radio giúp cho họ bắt đầu từ con số không để đạt đến con số doanh thu hàng trăm triệu USD, họ không cố bán một thứ gì với quảng cáo truyền thanh đó. Họ cũng không hề nhắc gì đến tiền bạc, họ chỉ trao đi những tiện ích bằng cách yêu cầu người tiêu dùng gọi đến họ qua một số điện thoại miễn phí để nhận được những thông tin sẽ hỗ trợ cho con cái của các đối tượng này. Thông tin miễn phí, hỗ trợ cho con cái, không một chút gì tốn phí. Cung ứng này đã kích thích nhiều bậc phụ huynh đang lo lắng về con cái của họ, và rồi những người này đồng tình với công ty để tìm hiểu thêm về cung ứng của họ.

Hooked on Phonics còn được những thính giả chú ý lắng nghe hơn nữa với cách tiếp cận hai bước này. Chúng ta có thể tự nhận thấy sẽ khó khăn ra sao để đạt được điều tương tự với một quảng cáo nỗ lực để bán.

Để các thông điệp marketing của chúng ta được thích ứng và mang tính cá nhân, chúng ta cần phải có được một số thông tin. Những người làm Marketing Đồng tình phải hoàn toàn rõ ràng về các mục tiêu của họ đối với người tiêu dùng. Để mục tiêu hoàn toàn rõ ràng, họ sẽ phải làm việc với những thông tin mà họ đã thu thập được để hoàn toàn chính xác về tính phù hợp của những tiện ích mà họ trao cho đối tượng tiềm năng mục tiêu.

Có lúc người tiêu dùng ghé thăm một website và được yêu cầu cho biết số điện thoại, nhưng để làm gì và có được gì thì những trang web này không nêu rõ. Không có một lý do xác đáng để người tiêu dùng biết cách xử sự, không hứa hẹn một tiện ích rõ ràng sẽ nhận được, người tiêu dùng đó sẽ từ chối không làm theo yêu cầu. Tiện ích chúng ta hứa hẹn với đối tượng tiềm năng phải rõ ràng, đơn giản và dễ dàng để đạt đến.

Sau khi đã quấy rối, đạt được cuộc đối thoại và đã trao đổi thông tin cùng với đối tượng tiềm năng, chúng ta cần phải nâng cấp sự đồng tình đã đạt được.

Nếu đang sử dụng một phương tiện giao tiếp không tốn kém như mạng Internet, hãy mở rộng lợi thế của mình. Xây dựng niềm tin một cách từ tốn với việc xuất hiện và giao tiếp thường xuyên. Kể câu chuyện của mình dần dà qua từng lần giao tiếp một với các đối tượng tiềm năng đã sẵn sàng hòa nhập vào quá trình trao đổi.

Một cách cá nhân, một cách thích hợp, một cách chuyên biệt và luôn được dự kiến. Được dự kiến luôn là quan trọng. Không nên làm cho người tiêu dùng cảm nhận bị làm phiền, nâng cấp mức độ đồng tình đạt được từ họ một cách từ tốn.

Bằng cách không ngừng nâng cấp các tưởng thưởng cung ứng cho đối tượng tiềm năng, chúng ta không làm cho người tiêu dùng nhàm chán và lưu giữ được sự quan tâm của họ. Bằng cách không ngừng đối thoại chúng ta có thể chuyển một người xa lạ trở thành bạn hữu, và rồi từ bạn hữu thành khách hàng.

Đương nhiên, quá trình này không hề ngừng lại khi đã đạt được vụ mua bán đầu tiên, nó chỉ chuyển sang quá trình Một đối Một. Sử dụng sự Đồng tình đã được trao, chúng ta sẽ nỗ lực để mở rộng phần chia túi tiền và tạo dựng tính Đồng tình càng lúc càng sâu rộng và vững chắc hơn.

Để khách hàng dự phần hoạch định và quyết định chi phí

Quấy rối những người xa lạ và khiến cho họ chú ý là một phần đầy quyến rũ trong quá trình marketing. Những người làm marketing và các công ty quảng cáo sống và chết cùng với những bốc nổ mà họ tạo thành. Họ đầu tư cả núi tiền vào các quảng cáo chỉ nhằm mục đích nhân bội hiệu lực của sự thể hiện.

Một người sáng tạo quảng cáo có thể tạo thành nghề nghiệp của mình chỉ với một quảng cáo hấp dẫn. Một người làm Marketing Quấy rối được tín nhiệm với những phô diễn hào nhoáng được hỗ trợ bởi một ngân sách khổng lồ, một ngân sách thường có được tự việc cắt bớt chi phí nghiên cứu phát triển hay sản xuất.

Tất cả thời gian và hàng núi tiền đổ ra chỉ vì một mục tiêu duy nhất, quấy rối vào đời sống của người tiêu dùng. Một người làm Marketing Quấy rối đạt được một tỷ lệ đáp ứng vài phần trăm cho một chiến dịch thư tín trực tiếp đã là một anh hùng, mục tiêu chính của một quảng cáo chỉ là đạt được điều tương tự.

Đáng tiếc là một người làm Marketing Đồng tình không thể bỏ qua được giai đoạn quấy rối này của quá trình marketing. Họ không thể nào không chi phí cho giai đoạn quấy rối để có được sự chấp nhận từ những người xa lạ này, nhưng họ có thể từ đó cân đối lại chi phí với những hoạt động tương tác tiếp theo. Lợi thế trong cách tiếp cận quấy rối của những người làm Mafketing Đồng tình là họ không cố gắng bán một thứ gì mà chỉ sẵn sàng trao đi những tiện ích cho các đối tượng tiềm năng.

Vinh quang thực sự dành cho họ chính là ở giai đoạn tiếp theo này. Bằng cách nâng cấp một nỗ lực quấy rối lên thành những cuộc giao tiếp đồng tình sau đó, người làm Marketing Đồng tình có được một lợi thế hơn người. Từ một thông điệp quấy rối đầu tiên trở thành nhiều thông điệp được đồng tình đón nhận sau đó. Một quấy rối nhất thời có thể trở thành một cuộc đối thoại tương tác lâu dài.

Hãy thử so sánh giữa một người làm marketing được đáp trả qua một quảng cáo duy nhất và một người có được sự xa xỉ với việc dùng Marketing Đồng tình. Một người làm

Marketing Quấy rối buộc phải thu lại được chi phí quảng cáo đã bỏ ra. Ví dụ như họ chi ra 50% ngân sách marketing để dành cho thực hiện quảng cáo và ngân sách marketing là 10% doanh thu dự kiến. Họ không thể quảng cáo quá nhiều được bởi sẽ vượt quá mức chi phí dự kiến cho phép. Nếu họ muốn dùng tần xuất để tăng sự đáp ứng của đối tượng tiềm năng đối với sản phẩm được quảng cáo, họ buộc phải tăng giá thành để tăng doanh thu dự kiến hoặc giảm bớt các công cụ phối hợp marketing khác để dành chi phí lại cho quảng cáo. Trong khi đó một người làm Marketing Đồng tình có thể tự cho phép mình lặp lại quá trình đó với nhiều lần giao tiếp sau khi đã thực hiện Marketing Quấy rối. Việc thể hiện tần xuất hầu như không tốn tiền bằng cách giao tiếp qua mạng hay không đáng bao nhiêu so với chi phí quảng cáo truyền thông hoặc các nỗ lực thư tín trực tiếp hay giáp mặt một đối một.

Đây là một lợi thế mà những người làm marketing Đồng tình đã tạo ra cho mình.

#

- V -

TẦN XUẤT TẠO THÀNH NIỀM TIN THƯƠNG HIỆU VÀ ĐỒNG TÌNH TẠO ĐIỀU KIỆN CHO TẦN XUẤT RA SAO

Điều che giấu mà người làm
marketing e ngại nhắc đến

Lòng tin được hình thành thế nào?

Đây là một bí mật mà mọi người làm marketing đều hết lòng muốn biết. Những người làm marketing biết rằng, không có lòng tin, mãi lực không thể tạo thành. Lòng tin không chỉ có nghĩa là khách hàng tin rằng sản phẩm được bán sẽ là giải pháp cho vấn đề của họ mà còn là tin tưởng vào danh tiếng và sự thể hiện của thương hiệu đó nữa.

Chúng ta sẵn sàng trả tiền nhiều hơn để mua các sản phẩm đắt giá từ một cửa hàng sang trọng hơn là mua rẻ từ một người bán rong trên đường phố. Tại sao? Chỉ đơn giản bởi chúng ta tin là mua được một sản phẩm thật từ cửa hàng sang trọng đó, trong khi một người bán rong có thể bán cho ta một sản phẩm kém chất lượng.

Tại sao các công ty và tổ chức sẵn sàng trả hàng núi tiền cho các nhà tư vấn để có được những thông tin mà họ vẫn có thể có được từ những nguồn khác rẻ hơn nhiều như từ các trường đại học . Họ sẵn sàng trả cao chỉ vì niềm tin vào một tên tuổi đáng giá. Một tổ chức tên tuổi có thể bán đi chỉ cái tên của họ thôi với một giá cao hơn nhiều so với các tổ chức kém tên tuổi hơn.

Nếu lòng tin là một mục tiêu, làm sao để đạt mục tiêu này? Tại sao có những tổ chức tạo dựng được một danh tiếng đáng tin tưởng trong khi những tổ chức khác lại vật vã vì có một tên tuổi đáng ngờ?

Tin tưởng không phải là một sự kiện. Chúng ta không thể trở thành một cái tên đáng tin chỉ trong một thời gian ngắn. Đó là một quá trình từng bước một và cần đến thời gian, tiền bạc cũng như sự tận tụy hết lòng xây dựng.

Trước khi tạo dựng được lòng tin, chúng ta buộc phải là một cái tên quen thuộc đã và một cái tên quen thuộc không thể có nếu không được nhận thức. Phát triển Nhận thức là một khoa học để làm cho thiên hạ biết đến sự có mặt của mình trên thị trường và hiểu được những thông điệp mà chúng ta trao cho họ. Trên thị trường ngày nay, chúng ta không thể tạo thành nhận thức mà không có quảng cáo.

Để chuyển từ Nhận thức thành Quen thuộc

Lòng tin chính là cầu nối tối ưu để có thể đạt đến mãi lực và tính quen thuộc chính là bệ phóng để đến với lòng tin, chính vì vậy mà nhận thức là quan trọng.

Nếu không cần quan tâm đến những hệ quả, nhận thức không khó để tạo thành. Chúng ta xuất hiện ngoài đường phố với chỉ một đôi vớ trên người cũng có thể tạo thành nhận thức nhưng chắc chắn đó không phải là thứ nhận thức chúng ta muốn đạt để tạo dựng được lòng tin. Để có được nhận thức, chúng ta phải cần đến quảng cáo để truyền đạt thông điệp marketing của mình đến với đại chúng.

Có cách nào để quảng cáo của chúng ta hiệu lực hơn nữa không? Phải chăng mọi chiến dịch quảng cáo đều được tạo thành như nhau hay có những cách riêng đạt được hiệu quả vượt trội?

Với quan điểm của một người làm quảng cáo thì tần xuất là tất cả, là chiến thuật quan trọng nhất trong quảng cáo. Tần xuất chỉ là một khái niệm đơn giản: quảng cáo của chúng ta xuất hiện được bao nhiêu lần trước mắt các đối tượng tiềm năng? Dù gì đi nữa thì tần xuất cũng tạo thành cho chúng ta một số bệ phóng đáng giá.

Khi các công ty quảng cáo đo lường các chiến dịch quảng cáo, họ nhắm đến tần số xuất hiện và số lượng mục tiêu. Số lượng chỉ đơn giản là bao nhiêu người ở đủ mọi thành phần nhìn thấy quảng cáo đó. Tần xuất bao gồm những định lượng có tính khái quát hơn như chúng ta sẽ xét đến sau đây.

Vấn đề đầu tiên là người ta có thể không hề ghi nhận quảng cáo cho dù chúng có xuất hiện đến bao nhiêu lần trước mắt họ. Việc nhớ lại một quảng cáo nào đó là hoàn toàn khác nhau đối với nhiều người, tỷ lệ ghi nhận đó thường chỉ ở mức tối đa là 10%. Và đạt được con số 10% người nhớ lại quảng cáo của mình sau đó đã là một thành công đáng kể cho dù có đến 90% người nhìn thấy quảng cáo của chúng ta không hề ghi nhớ chút nào.

Trong số 10% người ghi nhớ về quảng cáo đó chỉ có một số ít là có quan tâm đến, và một số còn ít hơn nữa thực sự biết những thông điệp quảng cáo đó nói về điều gì. Đương nhiên là chúng ta đã hết lòng trau chuốt từng chút một văn bản quảng cáo, hình ảnh cũng như những tiện ích của sản phẩm hay dịch vụ mà chúng ta quảng cáo nhưng thời gian eo hẹp và sự tràn ngập của các quảng cáo khác khiến cho đối tượng tiềm năng khó lòng nhận thức được về quảng cáo của chúng ta.

Và cũng bởi phần lớn không gian và thời gian quảng cáo được dành cho việc gây chú ý nên thông điệp muốn trao đi không còn được đầy đủ như ý muốn. Bởi những hình ảnh hấp dẫn hay gây sốc, chúng ta không còn lại được bao nhiêu thời gian cũng như không gian cho câu chuyện thực sự mà chúng ta muốn trao đi.

Cuối cùng các đối tượng tiềm năng có thể hiểu lầm ý tưởng của thông điệp, không nhận thức về quảng cáo và rồi mau chóng quên nó đi. Việc phí hoài đi hơn 90% tiền bạc cũng như công sức và thời gian quảng cáo đã là thông lệ và hoàn toàn bình thường.

Sự đáp ứng đáng buồn đối với quảng cáo này là một bí mật mà những nhà quảng cáo biết rõ - một quảng cáo đơn độc cho dù có được tạo thành tốt đến bao nhiêu cũng không bao giờ là đủ để có thể tạo thành mãi lực. Nói gọn lại thì chỉ có *Tần xuất* quang cáo mới có thể tạo thành mãi lực.

Không thể trở thành một nhà vô địch quyền anh bằng cách đấm hai mươi người, mỗi người chỉ một cú. George Foreman đã trở thành nhà vô địch bằng cách đấm hàng chục, hàng trăm cú vào chỉ một người.

Quảng cáo cũng hoạt động theo cách thức tương tự. Mọi người làm quảng cáo đều biết, cách duy nhất để quảng cáo có thể tạo thành hiệu quả là phải xuất hiện thật nhiều lần. Đạt đến mọi đối tượng tiềm năng có thể là quan trọng, những quấy rối vào nhà những đối tượng tiềm năng này thật nhiều lần như có thể mới là quan trọng hơn.

Tần xuất quảng cáo sẽ thể hiện được hai điều. Thứ nhất, vượt qua được sự tràn ngập. Nếu chỉ có được 10% người ghi nhận được quảng cáo, nhưng khi quảng cáo của bạn được phát liên tiếp trong 30 ngày thì dần dần rồi mọi người cũng sẽ biết về nó.

Thứ hai, tần xuất sẽ làm cho đối tượng tiềm năng chú tâm đến thông điệp được trao đi. Sự lặp đi lặp lại sẽ dần dà tạo thành hiệu lực, thông điệp quảng cáo sẽ dần trở nên rõ nét qua nhiều lần xuất hiện.

Một bài hát dù có tuyệt vời đến đâu thì chúng ta cũng không thể ghi nhận được ý tưởng của bài hát đó với chỉ một vài lần được nghe. Những sau khi nghe đến hàng chục hay hàng trăm lần, chúng ta sẽ có thể thuộc lòng được cả bài.

Nếu chỉ thoáng thấy quảng cáo của Sfone vài lần, chúng ta có thể không chú ý, những khi đã nhìn thấy chúng cả chục lần có thể chúng ta sẽ đọc và rồi nhận thức được là công ty này cung cấp những gì. Chúng ta sẽ đạt được những tiện ích gì từ họ nếu chuyển sang sử dụng dịch vụ điện thoại di động của họ. Chỉ một thông điệp đơn giản là tính tiền theo từng 10 giây sử dụng một cũng cần đến tần xuất để đối tượng tiềm năng có thể hiểu được rõ ràng.

Tần xuất và lòng tin là quan trọng hơn số lượng đạt đến

Nếu tần xuất là quan trọng, vậy tại sao những người làm marketing lại e ngại nhắc đến?

Rất nhiều người làm marketing thường mắc sai lầm khi lựa chọn giữa tần số xuất hiện và số lượng đạt đến. Họ vẫn quan niệm, đạt đến một trăm đối tượng tiềm năng trong một lần tốt hơn là bốn lần mỗi lần hai mươi lăm người.

Chọn lựa này thoáng qua có vẻ đúng, nhưng không hoàn toàn là như vậy. Nếu chúng ta có một sản phẩm tuyệt vời và một câu chuyện mà chúng ta tin là ta có thể trình bày rõ ràng và đầy đủ trong một quảng cáo truyền hình 30 giây và người xem sẽ nhanh chóng tìm đến vì những tiện ích của sản phẩm. Đáng tiếc là thực tế lại diễn biến không như vậy, theo như các thăm dò cho thấy, chỉ có tối đa là 10% những ai xem chương trình truyền hình mà chúng ta quảng cáo trong đó là có để ý đến quảng cáo. Trong số những người đã chú ý này chỉ có tối đa là 10% có thể là đối tượng tiềm năng tùy theo chủng loại sản phẩm được quảng cáo. Và rồi cũng chỉ có tối đa là 10% những đối tượng tiềm năng này là có thể tìm đến để tìm hiểu thêm về sản phẩm được quảng cáo. Cuối cùng chỉ có tối đa 10% những người tìm đến này có thể trở thành khách hàng. Có nghĩa là, nếu chúng ta phải chi ra 40 triệu để đầu tư vào sản xuất quảng cáo và một lần phát trên một chương trình có khoảng 2 triệu khán giả, chúng ta cũng chỉ có thể có được tối đa là 200 người sẽ trở thành khách hàng của mình. Cũng có nghĩa là chúng ta phải chi phí trên dưới 200 ngàn cho một khách hàng đạt được đó.

Hãy thử tưởng tượng, chúng ta có 100 hạt giống và một lượng nước chỉ đủ để tưới cho 100 hạt giống này trong vài ngày. Chúng ta ương cả một trăm hạt giống đó và tưới cho chúng trong vài ngày rồi hết nước. Ai cũng có thể dự đoán được tương lai của những hạt giống này, may mắn lắm thì cũng chỉ có được vài hạt là có thể nảy mầm và lớn lên thành những cây con èo uột. Nhưng nếu ta chỉ chọn lấy hai mươi hạt giống tốt nhất để gieo trồng và rồi tưới cho chúng đầy đủ trong vài chục ngày thì sao? Hầu như chắc chắn là ta có thể có được ít nhất cũng mười cây con khỏe mạnh sẵn sàng đơm hoa kết trái.

Những người làm marketing ghét phải bỏ bớt đi những hạt giống của mình cũng có một tương lai tương tự. Họ cần phải có hàng chục lần gieo trồng để có thể đạt được con số cây con mong muốn. Đó là lý do tại sao họ nên chọn lấy tần số xuất hiện thay vì số lượng đạt đến.

Chỉ có một vấn đề đáng nói đến với tần xuất là nó quá tốn phí. Hai lần quảng cáo cũng có nghĩa là phải chi phí gần như gấp đôi và nếu là hai mươi lần thì cũng phải cần đến một ngân quỹ ít nhất cũng gấp 10 lần ngân quỹ cho một lần duy nhất. Và với một ngân sách có hạn, người làm marketing buộc phải có chọn lựa của mình. Đó cũng chính là lý do mà họ thường buộc phải họn lấy số lượng đạt đến thay vì tần xuất.

Hãy trở lại với nhà cựu vô địch quyền anh Foreman một lần nữa. Khi Foreman đã đấm đối thủ của mình đến hàng chục trái đấm tốt mà người này vẫn không có dấu hiệu gì sẽ nhanh chóng gục ngã, việc có thể kết thúc trận đấu nhanh chóng và dễ dàng không còn nữa. Lúc này chỉ còn sự kiên trì là có thể giúp cho Foreman kết thúc được trận đấu như mong muốn của mình. Foreman không chỉ cần đến hàng chục trái đấm tốt và chuẩn xác nữa mà có thể là phải cần đến hàng trăm trái đấm tương tự để có thể đạt được kết quả cuối cùng, đó chính là sức mạnh của tần xuất.

Đó cũng chính là lý do mà các công ty lớn cần phải chi ra hàng đống tiền để xây dựng và rồi bảo vệ thương hiệu. Họ hiểu rõ rằng, không có sự đạt đến và tần xuất thì không thể có được thương hiệu mạnh.

Như Jay Conrad Levinson, bậc thày về marketing du kích đã ghi nhận trong cuốn Guerilla Advertising, bạn cần phải quảng cáo đến hai mươi bảy lần để có thể tác động một đối tượng tiềm năng. Bạn phải quảng cáo đến chín lần để đối tượng đó có thể nhận biết được quảng cáo đó một lần, và cần đến ba lần nhận biết thì đối tượng này mới bắt đầu có nhận thức về sản phẩm được quảng cáo.

Jay cũng luôn nhắc nhở là một quảng cáo được tạo thành là để bán được sản phẩm chứ không để giành lấy giải thưởng của các hiệp hội quảng cáo. Đáng tiếc là phần lớn những người làm marketing vẫn mắc phải sai lầm này, họ tạo thành những quảng cáo hấp dẫn, trưng chúng ra ở khắp mọi nơi có thể để rồi được nghe mọi người nói về quảng cáo đó sáng tạo ra sao. Vì sự hấp dẫn này mà quảng cáo của họ không còn lại bao nhiêu không gian để nói về sản phẩm, nhân vật chính của quảng cáo.

Các công ty quảng cáo thường đề nghị khách hàng của họ thay quảng cáo khi đã phát hành nhiều tháng hay thậm chí nhiều tuần lễ mà không thấy được sự đáp ứng từ các đối tượng tiềm năng. Hãy đối mặt với điều này, sáng tạo ra một quảng cáo mới là vui thú đó, đạt đến một số lượng người lớn là vui thú đó và cũng thật là vui thú khi tạo thành một quảng cáo được tán thưởng trong cộng đồng hay trên cả nước nhưng, đó không phải là mục tiêu của quảng cáo.

Người duy nhất có thể quyết định lúc nào nên thay quảng cáo chính là cuốn sổ kế toán. Khi quảng cáo không còn chứng tỏ hiệu quả, không còn lợi nhuận nữa, hãy thay đổi quảng cáo.

Những vấn đề marketing liên hệ đến tần xuất

Bởi hầu hết mọi người đều không mấy quan tâm đến quảng cáo nên những quảng cáo với tần xuất yếu sẽ không được bao nhiêu người ghi nhận.

Bởi những người làm marketing buộc phải quấy rối vào đời sống của các đối tượng tiềm năng đang bận rộn mà quảng cáo lại chú tâm đến việc gây chú ý nên không còn nói được bao nhiêu về những gì thực sự cần truyền đạt.

Bởi hầu hết người tiêu dùng đều đã bị phủ lấp với đủ loại thông tin nên họ thường không ghi nhận hay hiểu rõ được hầu hết những khái niệm mới.

Đạt được tần xuất quảng cáo là đắt đỏ và thường được tạo thành để nhắm vào những người chưa quan tâm hơn là những ai chưa đáp ứng.

Một khi chúng ta cảm thấy tần xuất không thể là câu trả lời cho vấn đề của mình, hãy tưởng tượng ta là một giáo viên toán đang đứng trước hai chọn lựa:

(1) quấy rối vào giờ rèn luyện thể lực toàn trường để phát biểu ngắn gọn trong một phút về toán tích phân trước toàn thể 1.000 học sinh;

(2) dành ra nửa tiếng để đạt lấy sự đồng tình từ 50 học sinh tốt nhất của trường, tất cả đều đạt trình độ để hiểu được những gì ta phát biểu và tất cả đều cần một điểm số tốt trong môn tích phân để có thể vào đại học dễ dàng hơn.

Trong phương án (1), rõ ràng chúng ta đạt được một số đông đáng kể hơn, nhưng không mấy ai trong số đông đó hiểu được điều chúng ta muốn nói cũng như quan tâm đến vấn đề được trình bày trong thông điệp ngắn ngủi và quá sơ lược đó. Trong phương án (2), chúng ta chỉ đạt được một số lượng người nghe nhỏ hơn nhiều so với phương án (1), nhưng toàn bộ hay hầu hết số lượng người nghe nhỏ nhoi đó đều quan tâm và có khả năng hiểu được điều ta muốn trình bày.

Một vấn đề khác nữa mà những người làm marketing thường phải đối mặt khi nhắm đến tần xuất là hầu hết các phương tiện truyền thông đều chỉ định hướng vào một số người nào đó nhất định trong toàn thể những người đọc, nghe hay xem. Và trong số những người này , một số không bao giờ mở những bao thơ quảng cáo không liên quan đến mình, một số lại không bao giờ xem hay chú ý đến quảng cáo truyền hình, một số người khác nữa không bao giờ nhấn chuột vào những băng quảng cáo trên mạng (số này rất đông), và càng lúc, với những người này, ý nghĩ về quảng cáo càng lúc càng tệ hơn.

Một số những người làm marketing lại nghĩ, nếu những đối tượng tiềm năng tốt nhất đã thấy và hiểu quảng cáo của họ nhưng rồi lại quên đi vậy thì không nên tiếp tục lặp lại những quảng cáo đó nữa bởi chúng rồi lại tiếp tục bị quên đi. Trên thực tế, hoàn toàn không phải như vậy. Việc lặp đi lặp lại sẽ gây sự chú ý và chúng ta chỉ có thể đạt đến và giành được những đối tượng tiềm năng tốt nhất với tần xuất.

Hãy thử tưởng tượng, một người bán rong đậu phộng rang trong một sân vận động. Người này sẽ cố đi rảo qua cho hết mọi khu vực trong sân vận động để có thể bán được cho nhiều người ăn đậu phộng nhất thay vì cứ đi lên đi xuống trong một khu. Anh ta tin là dù sao thì những người muốn ăn đậu phộng cũng sẽ gọi. Thế rồi, suốt trận anh chỉ đi rảo được hai vòng. Những người ăn đậu phộng sẽ không ăn kẹo hay kem để thay thế đậu phộng, và anh ta sẽ có thể nhanh chóng bán hết hàng cho tất cả những người ăn đậu phộng trong sân và trở về nghỉ ngơi sớm. Nền tảng lợi nhuận của anh ta là những người ăn đậu phộng chứ không phải ở chỗ chuyển những người kem, kẹo... thành những người ăn đậu phộng.

Nhưng nếu anh ta không chỉ là một người bán rong đơn độc? Nếu anh ta có dưới tay một đội ngũ với hơn năm mươi người bán rong? Nếu anh ta có thể phát mẫu miễn phí cho những người không ăn đậu phộng ăn thử? Nếu anh ta có thể trao đi thông điệp của mình cho những người không ăn đậu phộng lặp đi lặp lại với tần suất cao? Nếu anh ta có thể chuyển những người không ăn đậu phộng thành những người thích ăn đậu phộng và có thể bán cho những người này mỗi người một gói đậu phộng trong mỗi trận cầu từ đó cho đến cuối mùa bóng?

Không may là chúng ta hầu như không thể có được vị thế độc quyền như vậy. Chúng ta thường bán những sản phẩm phức tạp hơn và trong một thị trường đa dạng hơn. Vậy, chúng ta phải hình dung ra cách để làm cho việc áp dụng tần suất của mình đạt được hiệu quả cao hơn. Marketing Đồng tình sẽ cho phép chúng ta làm được điều này.

Sự Đồng tình tạo điều kiện cho Tần suất

Marketing Đồng tình chính là công cụ làm tăng hiệu lực cho Tần suất. Trước khi xét đến xem tại sao điều này là sự thật, chúng ta hãy bàn qua về bản chất của lòng tin Thương hiệu. Chúng ta có thể nhận biết được một số thương hiệu ở tầm mức quốc gia được tin tưởng đã thể hiện nghiêm túc từng bước yêu cầu để đạt lấy niềm tin như Bình Minh, Duy Lợi, Vinamilk, v.v…

Đó không phải là những thương hiệu mới xuất hiện, chúng đã có mặt trên thị trường cả chục năm qua và cho đến ngày hôm nay đã giành được lòng tin từ phần lớn người tiêu dùng. Còn những thương hiệu ở tầm mức quốc tế như Tide, Clear, Colgate, Clipsal... chúng ta được nghe nói hay học tập về những thương hiệu này và rồi tin vào công ty sản xuất ra chúng cũng như vào chính bản thân chúng. Chúng ta thường chọn lấy những thương hiệu này vì lòng tin tưởng.

Tại sao chúng ta lại tin tưởng vào những thương hiệu tương tự? Bởi chúng ta đã nghe đi nghe lại về chúng, chính tần xuất này đã tạo thành niềm tin của chúng ta. Trong bao nhiêu năm qua, ta không ngừng nghe, xem, thấy những quảng cáo về những thương hiệu này. Ta đã từng thấy chúng ở khắp nơi, từ nhà hàng, phố xá đến cho đến trong nhà riêng của mình cũng như của những người thân quen. Chúng ta thấy đó, chính tần xuất đã tạo thành niềm tin.

Với tính tin tưởng đã tạo thành, những thương hiệu này luôn tạo thành lợi nhuận. Trong mọi nền kinh tế, *những thương hiệu được tin tưởng nhất cũng luôn là những thương hiệu lợi nhuận nhất.* Đó là một thực tế không thể chối bỏ. Tần xuất sẽ dẫn đến nhận thức, nhận thức dẫn đến tính quen thuộc và rồi tính quen thuộc sẽ hình thành lòng tin. Cuối cùng, không có một ngoại lệ nào ở đây, niềm tin thương hiệu dẫn đến lợi nhuận.

Vậy nếu sản phẩm của chúng ta chưa phải là một phần dù là nhỏ bé của nền văn hóa tiêu dùng, chưa tạo thành được lòng tin thì sao?

Nhu cầu về tần xuất có nghĩa là chúng ta không thể tạo thành thị trường cho một sản phẩm với chỉ một cuộc đột kích mãnh liệt. Đó phải là một quá trình tương tác lâu dài, một phương sách cần đến thời gian và lòng kiên trì cũng như sự chỉnh đổi không ngừng. Điều này ẩn chứa một phương hướng suy nghĩ mới mẻ về marketing. Và lối suy nghĩ này có thể chống lại những gì mà ta đã được hướng dẫn để suy nghĩ về công việc và dự kiến sự việc sẽ tạo thành ra sao.

Cách phù hợp nhất để hiểu được điều này là nhớ lại những thời gian trước đây. Hơn trăm năm trước đây, chúng ta làm việc với tư cách những người thợ thủ công, chúng ta không được hỗ trợ với những công cụ kỹ thuật, chúng ta làm việc mỗi lần với một sản phẩm và cuối cùng tạo thành một nghệ phẩm hay một thứ gì tương tự và độc nhất với chất lượng cực cao.

Dạy nghề lúc đó cũng tương tự, những trường học với chỉ một phòng học duy nhất là vương quốc của một cá nhân tài năng duy nhất. Người này làm việc với thường cũng chỉ một học trò duy nhất và cuối cùng cho người này ra trường với một kiến thức nhất định tương tự như mình.

Và rồi cuộc cách mạng công nghiệp nổ ra làm thay đổi cách làm việc của mọi người. Chúng ta làm việc trong các nhà máy và cuộc cách mạng này cũng thay đổi khái niệm về trường lớp của chúng ta. Thay vì chỉ dựa vào một cá nhân để tạo thành chỉ một vài học sinh tốt nghiệp với kiến thức tương tự như nhau, chúng ta có những ngôi trường, như một nhà máy, có thể tạo thành vô số học sinh tốt nghiệp với trình độ đa dạng khác nhau từ thấp nhất cho đến cao nhất.

Mỗi một lớp học cũng tương tự như một bộ phận trong dây chuyền sản xuất của nhà máy. Mỗi một thầy cô có riêng phận sự của mình, các học sinh học hết lớp này rồi chuyển lên lớp khác có trình độ cao hơn như trong dây chuyền sản xuất. Nếu học sinh nào không đạt được trình độ yêu cầu sẽ phải học lại hay bị loại bỏ.

Trường lớp thay đổi như vậy nhưng một cách dần dà và không khác biệt bao nhiêu về căn bản, Marketing khác hẳn. Marketing không còn hoạt động như một chuỗi những sự kiện liền lạc mà trong đó quảng cáo kế tiếp quảng cáo sẽ tạo thành một mãi lực có thể đo lường được. Thay vì vậy, những người làm marketing phải chuyển quảng cáo thành một quá trình tương tác giữa tổ chức và người tiêu dùng. Ứng dụng mối quan hệ, tần xuất và sự đồng tình, lúc này là ích lợi cho việc thay đổi từ mô hình dây chuyền sự kiện thành một quá trình dài hạn, một quá trình không ngừng được chỉnh đổi để lớn mạnh lên và thích ứng với cả đôi bên.

Không còn việc tung ra một quảng cáo vào thứ ba và rồi chờ đợi mãi lực bùng nổ vào thứ tư. Những người làm quảng cáo không còn có đủ tài lực để quấy rối rộng khắp đến mọi người tiêu dùng và mong lợi nhuận có được có thể bù đắp cho chi phí quấy rối của mình như trước kia nữa.

Đã qua rồi cái thời của hàng loạt những sản phẩm giống nhau tràn khắp thị trường. Người tiêu dùng ngày nay đòi hỏi được nhận biết một cách cá nhân hơn với những sản phẩm chuyên biệt dành riêng cho mình. Họ hầu như chỉ đáp ứng với những quảng cáo xuất hiện thường xuyên, tập trung và có tính cá nhân hơn.

Đương nhiên là việc sản xuất hàng loạt vẫn còn đó giá trị của nó. Việc giáo dục hàng loạt vẫn hiệu quả hơn. Nhưng đã qua rồi cái thời nhu cầu thì cao mà nguồn cung ứng thì giới hạn. Chúng ta không còn cạnh tranh để xem ai là người có thể cung ứng sản phẩm cho toàn thế giới.

Bây giờ đã bắt đầu cái thời của một trò chơi mới. Một trò chơi mà nguồn cung ứng có giới hạn là sự quan tâm chứ không phải những nhà máy sản xuất.

Việc tạo thành giá trị qua mối quan hệ tương tác lâu dài là quan trọng hơn việc giải quyết vấn đề nhanh chóng cho người tiêu dùng. Bởi vậy một khi chúng ta đạt được cái quyền để giao tiếp với sự đồng tình, cùng lúc chúng ta cũng đạt được cái quyền để sử dụng tần xuất. Đó chính là một quyền hạn sẽ được tôn vinh trong thế giới marketing hôm nay và tương lai.

Có nhiều người làm marketing sẽ không hề cảm thấy thoải mái chút nào với sự thay đổi này, nhưng một số khác lại chào đón nó và nhận lấy lợi ích to lớn từ đó như là một kết quả của việc ứng dụng những ý thức Marketing mới.

Marketing Đồng tình không phải là một vũ khí sẵn sàng cho marketing. Từ căn bản nó đã đối nghịch với cách suy nghĩ truyền thống về quảng cáo. Những nhà marketing lớn của những thập niên trước đây hoàn toàn biết cách để quấy rối, họ biết cách gọt dũa một chiến dịch để giành được sự quan tâm từ đại chúng và để trao đi một ý tưởng căn bản trong một khoảnh khắc nhỏ nhoi. Họ tốn phí vô khối thời gian để tạo dựng sự quấy rối và làm cho ý tưởng của họ đơn giản đến mức đủ để giao tiếp trong khoảng thời gian nhỏ nhoi còn lại.

Và cũng quan trọng không kém, họ có đủ can đảm và sự hỗ trợ cần thiết để dùng tần xuất tạo thành hiệu quả cho quảng cáo của họ. Những quảng cáo đáng nhớ đó đều được sử dụng với tần xuất cao và kiên trì. Những người làm Marketing Đại chúng có một giải pháp cho vấn đề này, một giải pháp đủ kiên trì để truyền rao thông điệp hết lần này đến lần khác. Hầu như tất cả chúng ta đều nhớ đến những chiến dịch quảng cáo cổ điển đã tạo thành những thương hiệu nổi tiếng bởi vì tất cả đều được gởi đến cho chúng ta với tần xuất lớn và trong một môi trường chỉ là một phân số của sự hỗn độn mà chúng ta đang đối mặt trong ngày hôm nay.

Marketing Đồng tình cũng đem lại cho chúng ta tính hiệu quả tương tự. Marketing Đồng tình cũng tung hô tần xuất đã từng làm cho Marketing Đại chúng hiệu quả xưa kia nhưng rồi sau đó thay vì tiếp tục quấy rối nó chuyển sang tương tác không ngừng.

Sẽ thế nào, nếu tạo được tần xuất mà không tốn phí quá mức? Nếu có thể vượt qua sự hỗn độn và biết chắc là thông điệp quảng cáo kế tiếp của mình sẽ được chú ý? Nếu không cần phải chú tâm vào việc gây chú ý nữa và có thể chỉ tập trung trao đi những tiện ích thiết thực hơn với quảng cáo thì sao?

Hãy nhớ lại ví dụ về người giáo viên dạy toán. Nếu người này có được những học trò đúng, những học trò được kích hoạt sẵn bởi lòng ham học và một điểm số tốt, cô hay anh đã đạt được sự đồng tình để dạy cho những học sinh này với tần xuất lớn. Cô sẽ không cần phải nói chuyện vui, hay trình bày những gì đó ngoài đề tài tích phân mà cô muốn giảng dạy để lôi kéo sự quan tâm của học sinh nữa.

Lúc này, cô đã biết những học trò của mình là ai, hiểu biết được những gì và chưa biết những gì. Cô có thể tập trung vào việc trao cho học sinh những gì chúng còn thiếu, cô có thể dùng tần xuất để thông điệp của mình được quan tâm đến và hiểu rõ hơn.

Sức mạnh đạt được từ tần xuất rõ ràng là mạnh mẽ. với Marketing Đồng tình, lần đầu tiên trên đấu trường của một môi trường hỗn độn, tần xuất lại một lần nữa chứng tỏ hiệu quả và hoàn toàn hiệu lực.

Hầu như mọi người làm Marketing Trực tiếp đều có một danh sách những khách hàng ưu tiên của mình, những người vẫn luôn mua nhiều sản phẩm hơn hẳn những người khác. Những khách hàng này đã có sẵn niềm tin vào công ty mà họ vẫn thường mua sản phẩm từ đó, những người này đã đồng tình để nhận được thư giới thiệu từ những người làm marketing này và sẵn sàng đặt mua sản phẩm qua việc giới thiệu đó. Tuy không nhận thức rõ ràng nhưng những người làm marketing trực tiếp đã tạo dựng được một mối giao tiếp đặt trên căn bản đồng tình với những khách hàng này, và không có gì đáng ngạc nhiên khi những người khách đó vẫn tiếp tục mua từ các công ty này.

Marketing Đồng tình là một quá trình nghiêm cẩn cho phép bất cứ một người làm marketing nào cũng có thể đạt đến cùng một mức độ quan tâm và hiệu quả với đối tượng tiềm năng của mình. Bằng cách công khai tạo thành các tiện ích để trao đổi lấy sự đồng tình và rồi thể hiện những gì đã hứa hẹn, những người làm marketing có thể tăng trưởng tính hiệu quả của tần xuất một cách rõ ràng và thể hiện tần xuất này với chi phí nhỏ.

Về nguyên tắc, Marketing Đồng tình sử dụng hiệu lực đến từ sự quan tâm của đối tượng tiềm năng và chuyển sự tiết kiệm có được từ đây thành tần xuất. Một khi chúng ta biết được phần lớn các đối tượng mục tiêu của mình đều sẵn sàng nghe những gì mình nói, tần xuất sẽ có một bộ mặt tuyệt vời khác hẳn trước đó khi không có được sự đồng tình đáng giá này. Thêm nữa, lúc này chúng ta có thể dùng một phương tiện giao tiếp mới để thể hiện tần xuất với chi phí cực thấp, còn gì tuyệt vời hơn?

Trở thành một môi trường, một phương tiện marketing trực tiếp, đó chính là bí mật lớn nhất của Internet. Và trên thực tế, Internet chính là một phương tiện marketing trực tiếp vĩ đại nhất của mọi thời.

Thư điện tử là một trong những lý do quan trọng khiến mọi người thích dùng Internet. Và thư điện tử có thể tạo thành tần xuất gần như miễn phí. Marketing Đồng tình sẽ cho phép chúng ta thu hoạch lấy tần xuất miễn phí này.

Đã quá nhiều lần, những thăm dò marketing cho thấy người ta thường bênh vực những công ty mà họ tin tưởng. Người tiêu dùng có cảm nhận mạnh mẽ về nhiều thương hiệu và dịch vụ trong đời họ và nói chung, lòng tin là một điều kiện tiên quyết quan trọng.

Vậy, lòng tin đến từ đâu? Sự tin tưởng đến từ tần xuất. Nhưng trước khi tần xuất có thể chuyển thành mãi lực, nó chuyển thành sự đồng tình trước đã. Đồng tình để giao tiếp, đồng tình để làm theo khách hàng, đồng tình để thông tin. Và đồng tình chỉ cách có một bước là chạm đến lòng tin!

#

- VI -

NĂM CẤP ĐỘ ĐỒNG TÌNH

Ông cần thêm khoai tây chiên với món này chứ,
thưa ông?

Mọi sự đồng tình đều không được hình thành với cùng một mức độ như nhau. Hãy nhớ lại khi chúng ta hẹn hò vào lúc đã đạt đến được cấp độ hai? Cấp độ hai có nghĩa là lúc đó chúng ta đã được phép nắm tay, nhưng chỉ đôi lúc, và chỉ vào những lúc không có nhiều người quanh đó. Đó là một cấp độ đồng tình hơi khác một chút so với những lúc đôi lứa đến trường.

Mục tiêu của người làm Marketing Đồng tình là nâng người tiêu dùng lên theo từng nấc một của các bậc thang đồng tình, đưa họ từ nấc người xa lạ lên thành bạn hữu rồi từ bạn hữu lên thành khách hàng. Và rồi từ khách hàng lên đến nấc thang của những khách hàng trung thành. Với từng nấc đi lên, lòng tin, trách nhiệm và lợi nhuận tăng dần theo từng cấp độ.

Có năm cấp độ của sự Đồng tình. Cấp độ cao nhất được gọi là Trong Hệ thống và cấp độ thứ năm, cấp độ thấp nhất được gọi là Trường hợp.

Dưới đây là năm cấp độ Đồng tình được xắp xếp theo mức quan trọng của chúng.

- Trong Hệ thống (và mô hình "mua có thể hoàn trả")

- Ghi nhận (mô hình bảo đảm và mô hình cơ may)

- Quan hệ cá nhân

- Niềm tin thương hiệu

- Trường hợp

Còn một cấp độ có thể là thứ sáu nữa, nhưng cấp độ này quá thấp, tạm gọi là "rác" và thường bị bỏ qua.

Cấp độ đồng tình Trong Hệ thống

Ở cấp độ này, người làm marketing có thể gởi đến bất cứ sản phẩm nào phù hợp với người khách hàng đó và có thể tính tiền mà không cần thỏa thuận trước. Lợi thế cho người làm marketing ở cấp độ này là rõ ràng nhưng nó cũng ẩn chứa nguy cơ một khi người làm marketing dự kiến sai hay lạm dụng sự đồng tình này để gởi đến những sản phẩm không phù hợp và đúng nhu cầu của khách hàng, họ sẽ mất người khách hàng này và đã mất thì thường là mất hẳn.

Ví dụ như khi chúng ta mua gạo từ một đại lý nào đó chẳng hạn, đại lý này đã tạo dựng được miềm tin đối với chúng ta và chúng ta chấp thuận cho họ gởi gạo đến nhà chúng ta có định kỳ hàng tuần, hàng tháng gì đó chẳng hạn. Chủ đại lý này hầu như đã được biết chúng ta thường ăn loại gạo nào và sở thích của chúng ta ra sao đối với gạo ăn. Việc cứ tiếp tục gởi mãi đến cho chúng ta loại gạo mà chúng ta đã chấp nhận là quá dễ dàng, nhưng điều này có những nguy cơ tiềm tàng của nó. Nếu một đại lý nào khác được giới thiệu hay tìm đến để giới thiệu với ta cùng một loại gạo đó nhưng với giá rẻ hơn, nguy cơ là họ sẽ có thể mất chúng ta vì đã có giá bán không thực sự tốt. Cũng có thể chúng ta không cần đến việc rẻ hay mắc và đã tin tưởng vào chủ đại lý cũ vì dịch vụ tốt của người đại lý này, nguy cơ tiềm tàng vẫn còn đó. Nếu người bán gạo mới giới thiệu với chúng ta một loại gạo khác mà chúng ta thích hơn hẳn loại mà chúng ta vẫn thường ăn, người chủ đại lý cũ vẫn có thể mất chúng ta như thường khi cùng với loại gạo mới chúng ta còn nhận thêm kèm theo đó một mối giao tiếp mới và một vài dịch vụ cộng thêm làm cho chúng ta thực sự hài lòng hơn.

Để đạt đến cấp độ Đồng tình này và lưu giữ nó, người làm marketing cần phải không ngừng giới thiệu sản phẩm và dịch vụ mới dựa trên sự lượng định chính xác những thông tin đã nhận được từ khách hàng để cung ứng của mình luôn làm cho khách hàng hài lòng hơn nữa. Để làm tốt được điều này, người làm marketing cần phải luôn củng cố mối giao tiếp với việc không ngừng trao đổi thông tin tương tác với tác động của tần xuất cao.

Hơn năm mươi năm trước ở Mỹ đã từng có một công ty phát hành sách cực kỳ thành công với số lượng khách hàng lên đến con số hàng triệu, Book of the Month Club. Nhà phát hành này đã đạt được thành công rực rỡ như vậy sau một thời gian dài điều hành câu lạc bộ giới thiệu sách trong tháng và đã đạt được sự đồng tình cho phép họ giới thiệu và gởi sách đến của hàng triệu độc giả đã tin tưởng vào họ.

Một kế hoạch marketing khôn ngoan và khẩu vị tuyệt vời đã cho phép họ giành được sự đồng tình để lựa chọn, in ấn, gởi đi và tính tiền sách cho một công chúng rộng lớn đang nóng lòng được biết và đọc những gì mà họ giới thiệu. Với căn bản Đồng tình Trong Hệ thống, ban quản lý câu lạc bộ này có được một quyền lực đáng mơ ước trong tay. Sự giới thiệu của họ có thể tạo thành những tác gia nổi tiếng. Họ không ngần ngại sử dụng quyền lực này của mình để giảm chi phí đến mức tối đa, đạt được tỷ lệ phần trăm giảm giá cao nhất và không giảm giá bao nhiêu cho những khách hàng phải nói là thân thuộc của mình. Một sai lầm, dù lớn dù nhỏ, thì rồi cũng phải trả giá, đó là quy luật của thị trường.

Việc lạm dụng sự đồng tình cùng với những phát triển xã hội và kỹ thuật khác đã dần dần tác động đến quyền lực mà họ đã tạo được từ sự đồng tình của khách hàng của họ.

Việc đặt báo hay tạp chí năm cũng là một ví dụ rõ ràng về hình thức Đồng tình này. Chúng ta đã phải trả tiền trước cho mỗi tờ báo hay tạp chí mà chúng ta nhận được. Độc giả đã đồng tình để cho các nhà phát hành gởi cho họ hàng tháng các loại báo, tạp chí cũng như các vật phẩm quảng cáo khác và cũng đồng ý trả tiền trước cho những gì sẽ nhận được. Tại sao người ta lại chấp nhận trao cho một người khác cái quyền hạn đầy lợi nhuận này?

Lý do đầu tiên và có lẽ cũng là quan trọng nhất trong thời buổi hỗn độn ngày nay là để tiết kiệm thời gian. Streamline, công ty dịch vụ được nhắc đến trong chương IV, đã không thể thành công với mô hình dịch vụ của họ nếu người ta có thừa thời gian rảnh rỗi để chăm sóc việc nhà. Họ sẽ bớt thời gian ra để lo những việc lặt vặt như đi mua hàng gia dụng và giặt giũ quần áo để tiết kiệm. Sự phát triển kinh tế cũng như xã hội đã tạo thành những con người hiện đại sẵn sàng trả tiền để có thêm được chút thời gian cho riêng mình, vì vậy mà Streamline đã thành công. Mọi người sẵn sàng trả tiền cho Streamline để có thể có được thêm chút thời gian quý báu cho mình.

Lý do thứ hai là để tiết kiệm. Chi phí marketing thường là chi phí lớn nhất trong tổng chi phí đối với nhiều ngành công nghiệp. Các nhà phát hành có thể tiết giảm được chi phí marketing này đối với số người đặt báo hay tạp chí, vì vậy họ có thể giảm giá để thu hút những độc giả này.

Lý do thứ ba có hơi bất ngờ một chút. Người tiêu dùng chấp nhận hợp tác ở cấp độ Đồng tình Trong Hệ thống này là vì họ không muốn phải chọn lựa. Chẳng hạn như nhiều chục năm trước đây, chúng ta không cần phải bận tâm đến việc chọn sách, nhà phát hành Book of the Month Club bảo đảm cho chúng ta sẽ có được những cuốn sách mà mọi người khác cũng đang đọc. Hay như Amazon.com ngày nay sẽ thay chúng ta chọn sẵn và giới thiệu những cuốn sách hay có cùng đề tài với nhưng loại sách mà chúng ta đã từng mua từ Amazon.com. Với Amazon.com, chúng ta chỉ cần chọn và quyết định trong vài chục đầu sách đúng theo ý thích của mình. Nếu chúng ta muốn chọn đọc một đề tài mới mà ta chưa từng mua ở Amazon.com, chúng ta chỉ cần gõ đề tài hay tác giả vào, nhà sách ảo này sẽ thay chúng ta chọn sẵn những cuốn sách có cùng đề tài hay tác giả nổi tiếng để giới thiệu.

Lý do thứ tư là để tránh bị thiếu hụt. Đại lý giao gạo cho chúng ta sẽ bảo đảm là gạo luôn có sẵn trong nhà và chúng ta không còn phải lo nghĩ về vấn đề này nữa. Cơ hội cho đấu trường này vẫn còn mở rộng. Hãy thử tượng nếu những gì mà chúng ta đang dùng có được khả năng tự thay thế hay bổ sung mà không cần đến chúng ta phải lo nghĩ, chiếc xe của chúng ta có thể tự phát hiện chỗ hỏng hóc hay thiếu hụt và tự liên hệ để giải quyết những thiếu sót này trong lúc chúng ta và gia đình ngon giấc nghỉ ngơi.

Ý tưởng tự bổ sung này còn có thể triển khai rộng rãi hơn nhiều cùng với những ứng dụng kỹ thuật tiên tiến cho phép có thể hoàn thiện những hệ thống tự bổ sung tương tự. Rõ ràng là mọi sản phẩm đều có thể được bán theo hình thức đặt trước.

Cấp độ Mua có thể Hoàn trả

Đương nhiên không phải mọi nỗ lực marketing Trong Hê thống đều hoàn toàn tự động và tự thích ứng. Có một mức độ thứ hai của cấp độ Đồng tình Trong Hệ thống được gọi là Mua có thể Hoàn trả. Trong hình thức mua này, khách hàng được trao thêm một mức độ quyền hạn nữa trước khi phải thực sự trả tiền. Ở mức độ này mọi việc không diễn ra hoàn toàn tự động như trong cấp độ Đồng tình Trong Hệ thống, ở mức độ này, trước khi gởi sản phẩm đến cho khách hàng vẫn cần phải có sự xác nhận từ phía người mua.

Như với Amazon.com, sau khi ta đã nhận được những cuốn sách mà chúng ta đặt mua với sự giới thiệu của Amazon.com - chúng ta vẫn có quyền trả lại và được hoàn tiền trong một thời hạn nhất định nào đó nếu không hài lòng.

Amazon có ý xây dựng mức độ kinh doanh tiếp theo của họ trên nền tảng Mua có thể hoàn trả này. Bằng sự hiểu biết về nhu cầu và ý thích của khách hàng và sự đồng tình mà khách hàng đã trao cho họ để giao tiếp tương tác với nhau, Amazon dự kiến những gì khách hàng thích thú dựa trên căn bản quá trình mua trước đó của khách hàng để giới thiệu những cuốn sách mới mà họ tin là khách hàng sẽ hài lòng. Với việc giao tiếp tương tác đã được thiết lập họ cũng có khả năng khuyến dụ được khách hàng với những giòng sản phẩm khác nữa.

Dưới nhiều hình thức khác nhau, Mua có thể Hoàn trả là một hình thức đồng tình đầy sức mạnh mà những người làm marketing có thể đạt được. Tuy không có được sự hấp dẫn của cấp độ Đồng tình Trong Hệ thống đầy đủ, mức độ đồng tình này vẫn cung cấp một kênh giao tiếp hoàn toàn mở rộng cho người tiêu dùng bận bịu và những người làm marketing muốn đạt đến được những người tiêu dùng này.

Nhưng dù ngay cả với cấp độ cao này của sự Đồng tình, người tiêu dùng vẫn có thể là đối tượng bị lạm dụng. Người làm marketing không thể lợi dụng, hay tệ hơn, lạm dụng lợi thế từ sự đồng tình này.

Nếu ta là một khách hàng thường xuyên của một người làm khung hình trong khu vực và vẫn tin là mình luôn được người làm khung hình này ưu đãi. Rồi một lần tình cờ biết được một người khách hàng, mà ta biết chắc là không được tốt như mình với người làm khung hình đó, được hưởng một giá còn tốt hơn chỉ bởi vì người làm khung hình muốn có thêm được người khách hàng đó. Chỉ để giữ chân được người khách hàng không mấy tốt đó mà người làm khung hình đã giảm giá cho người này nhiều hơn! Có thể chúng ta sẽ im lặng không nói gì nhưng cảm thấy bị phản bội và coi thường. Điều này ảnh hưởng mạnh mẽ đến lòng tin mà ta vẫn dành cho người làm khung hình đó. Từ đó chúng ta bắt đầu lại so đo giá cả và chất lượng sản phẩm như trước kia khi mới đến với người làm khung hình này.

Khách hàng còn cần đến nhiều thứ hơn là chỉ giá cả. Họ muốn nhận được cả một bộ từ giá cả cho đến dịch vụ cũng như sự an toàn và thuận lợi cùng lúc. Nếu sự phối hợp này là vượt trội hơn mọi đối thủ, chúng ta có thừa khả năng để lưu giữ các mức độ đồng tình mà mọi người làm marketing đều phải thèm muốn. Nhưng nhớ phải luôn cảnh giác với sự đồng tình đã đạt được. Sự đồng tình là vô giá đối với chúng ta thì nó cũng là vô giá đối với các đối thủ của chúng ta.

Cho dù đã đạt được đến cấp độ Đồng tình Trong Hệ thống, chúng ta vẫn phải không ngừng sáng tạo để có thể luôn cung ứng những sản phẩm phù hợp và tốt hơn nữa cho khách hàng của mình. Chúng ta phải luôn như vậy để chắc là người khách hàng đáng giá đó vẫn luôn là của mình.

Cấp độ Ghi nhận

Cấp độ gần gũi nhất của sự Đồng tình là cấp độ Ghi nhận. Một hình thức tiếp cận có hệ thống để hấp dẫn và lưu giữ sự quan tâm từ đối tượng tiềm năng.

Một trong những ý tưởng tuyệt vời để lưu giữ và nâng cấp các mức độ Đồng tình đã được chuỗi cửa hàng S&H ở Mỹ triển khai vô cùng hiệu quả. Mỗi khi chúng ta mua một sản phẩm ở một trong những cửa hàng S&H, chúng ta được cấp một cuốn sổ ghi nhận và một số tem tương ứng với số tiền đã mua sản phẩm. Khi ta dán được đầy tem vào một số trang nào đó của cuốn sổ ghi nhận, ta sẽ nhận được một món quà có giá trị tương ứng với các trang đã dán đầy. Và nên nhớ, cuốn sổ ghi nhận này cũng là một cuốn sổ quảng cáo và giới thiệu về chuỗi cửa hàng này.

Chuỗi cửa hàng trung tâm này dùng hình thức tem ghi nhận như một cách để tưởng thưởng cho lòng trung thành của khách hàng và cũng để tạo dựng nên tần xuất mãi lực. Rõ ràng là với một số tem ghi nhận nhỏ nhoi nào đó thì không đáng giá chút nào, nhưng nếu bạn tiếp tục mua ở các cửa hàng đó và thu lấy tem thì đến một lúc nào đó chúng bỗng nhiên tạo thành một giá trị xứng đáng.

Chúng ta cũng có thể sáng tạo ra nhiều hình thức hấp dẫn nữa với kiểu Ghi nhận này. Ví dụ có thể thông báo thời gian bán một loại hàng đặc biệt nào đó kèm với những tem thưởng thêm đặc biệt. Có thể người tiêu dùng chưa đến lúc cần phải mua loại sản phẩm đang được khuyến mãi đó, nhưng cũng có thể vì những tem thưởng thêm đặc biệt đó mà người tiêu dùng sẽ mua trước cho dù thực sự chưa cần đến. Việc cung ứng một tưởng thưởng để đổi lấy sự hợp tác luôn có một sức mạnh riêng của nó, hơn nữa việc làm này còn lôi kéo được sự quan tâm - điều mà những người làm marketing luôn quan trọng.

Hãy nghĩ xem, việc trao đi những tem ghi nhận này có thể hiệu lực hơn việc bán giảm giá như thế nào. Thay vì giảm giá trong một thời gian và không đạt được thêm một lợi ích lâu dài nào, chúng ta trao đi những hình thức ghi nhận tưởng thưởng không chỉ giành được sự quan tâm tức thời mà còn tạo thành một chương trình có hiệu quả lâu dài nữa.

Những chương trình marketing tốt nhất sẽ càng lúc càng tốt hơn nữa cùng với thời gian. Những chương trình này không hề dựa dẫm vào những gì mới mẻ, hấp dẫn để xuyên thấu sự hỗn độn và thu hút đối tượng tiềm năng. Những chương trình này cũng không được xây dựng trên những căn bản không thực trao đi những lợi ích lâu dài cho khách hàng. Loại tem ghi nhận này của chuỗi cửa hàng S&H đã thể hiện hiệu quả trong nhiều năm dài bởi được hình thành với một nguyên tắc vững vàng và một ý tưởng được thể hiện tốt.

Khách hàng càng thu thập được nhiều tem ghi nhận, họ lại càng thu thập thêm nữa. Chỉ là một hình thức được lặp lại nhưng đây lại là yếu tính của các chương trình ghi nhận. Các chương trình ghi nhận phải được xây dựng theo cách thu thập được càng nhiều tem ghi nhận lại càng thu thập thêm dễ dàng hơn và càng bị hấp dẫn để thu thập thêm nữa. Những người làm Marketing Ghi nhận phải yêu thích việc trao đi thật nhiều các tưởng thưởng như có thể, bởi các tưởng thưởng chính là yếu tố kích thích sự thu thập những ghi nhận và sự kích thích này chính là yếu tố thành công của một chương trình Marketing Ghi nhận.

Các hình thức ghi nhận phải có cơ hội để trở thành một giá trị như tiền tệ. Cũng như tiền, những ghi nhận này phải thể hiện được những giá trị thực tế riêng của chúng và giá trị của chúng chính là các tưởng thưởng mà người thu thập sẽ nhận được. Những người làm marketing phải quyết định sẽ chi ra bao nhiêu tiền hay sự ghi nhận để giành cho được sự quan tâm mà họ cần đến và hơn nữa là cho mãi lực nằm đằng sau sự quan tâm này.

Tưởng thưởng chính là một bộ phận quan trọng của các hệ thống Marketing Ghi nhận và là một trong những lý do khiến cho cấp độ Đồng tình này luôn tạo thành sự hưng phấn để thể hiện. Việc lượng định chi phí và giá trị cho một chiến dịch quảng cáo truyền hình là một việc làm hầu như không thể. Đưa sản phẩm ra thị trường, trao đi những phần thưởng cho người bán hàng có thể tạo thành mãi lực nhưng không thể nào lượng định được chính xác mình cần phải chi phí bao nhiêu và trong bao lâu để đạt được mãi lực mong muốn.

Một chiến dịch Marketing Ghi nhận sẽ giải quyết được vấn nạn này. Chi phí của chúng là tiền, các tưởng thưởng, phải chi ra và kết quả là càng chi nhiều cho những ghi nhận này càng bán được nhiều sản phẩm hơn. Điều này thay đổi từ việc dự đoán đầy rủi ro sang một khoa học dự kiến có kết quả rõ ràng.

Bằng cách ứng dụng giá trị của những ghi nhận thích hợp với nhu cầu của những đối tượng mà chúng ta đang nỗ lực để đạt đến, chúng ta có thể tạo thành những cung ứng có hiệu lực hơn một cách rõ ràng. Cung cấp cho người giàu có một chỗ đổ rác miễn phí, rõ ràng là không hề thích hợp. Việc làm không ý thức này sẽ không thể thu hút được đủ cho chúng ta những đối tượng yêu cầu và cũng sẽ không thể thay đổi được thái độ của một số người nào đó, nếu có, để tâm đến đề nghị của chúng ta.

Chính bởi những người khác nhau có những ngưỡng quan tâm khác nhau nên việc giảm giá có những điểm yếu rõ ràng của nó. Thường thì những chương trình giảm giá lại được trao cho những người không hề cần hay quan tâm đến. Có lúc thì mức giảm giá lại không đủ hấp dẫn để lôi kéo các đối tượng tiềm năng.

Một nỗ lực Marketing Ghi nhận hoạt động cùng lúc trên nhiều mức độ khác nhau và càng lúc càng nâng cao giá trị của sự chú tâm cùng với thời gian, nó hoàn toàn có khả năng giải quyết các vấn đề chưa thực sự minh bạch của một chương trình giảm giá hay một chiến dịch quảng cáo truyền hình.

Tưởng thưởng người tiêu dùng vì đã quan tâm hay đã mua một sản phẩm là một phương pháp đa dạng gắn liền với mọi chương trình Marketing Ghi nhận. Điều đáng nói nhất của các chương trình Marketing Ghi nhận được thực hiện tốt là ta hoàn toàn có thể dõi theo từng bước phát triển và dự kiến được các kết quả có thể hoàn tất.

Nhưng dù sao thì việc tưởng thưởng các đối tượng tiềm năng vì đã quan tâm đến thông điệp marketing của mình cũng có những khó khăn riêng của nó. Việc xác định được những ai đã quan tâm đến không phải là dễ, nhất là khi chúng ta nhắm đến một lượng đối tượng lớn và phương tiện sử dụng lại không phải là Internet.

Để có thể lượng định tốt nhất kết quả của một chương trình ghi nhận đối với các đối tượng quan tâm đến chương trình marketing, chúng ta nên cung ứng thật nhiều lối vào với sự khuyến khích qua từng bước một để đến gần với một (hay nhiều) giải thưởng lớn. Sau khi nhận được đáp ứng đầu từ đối tượng mục tiêu, chúng ta lập tức đáp ứng với sự quan tâm bằng một loạt thư điện tử để dần hướng đối tượng mục tiêu đến gần với những giải thưởng qua các thông điệp marketing của mình. Nếu phương tiện sử dụng không phải thông qua Internet, chúng ta nên có một số điện thoại miễn phí để từ đây hướng các đối tượng quan tâm đến với nơi chốn của mình.

Nhiều người cho rằng các đối tượng mục tiêu có thể chỉ quan tâm đến vì giải thưởng lớn không thể trở thành một khách hàng trung thành và lâu dài. Thực tế đã chứng minh điều ngược lại, các đối tượng mục tiêu bắt đầu bằng việc chỉ quan tâm đến giải thưởng đã dần dần bị chi phối bởi các thông điệp marketing được trao đi với tần xuất cao và thời gian tác động. Cuối cùng với sự hiểu biết thu nhận được từ quá trình hợp tác vì giải thưởng này đã chuyển họ thành những khách hàng và rồi là những khách hàng trung thành tùy theo mức độ trung thực của các thông điệp.

Mọi người ai cũng muốn một thứ gì đó

Nghi vấn đáng ngại nhất về các kỹ thuật Marketing Đồng tình là có thể những kỹ thuật này chỉ thu hút được những ai "Săn tìm Cơ hội". Có một điều đương nhiên là tất cả chúng ta, ai cũng đều là những người Săn tìm Cơ hội. Ở đây chúng ta chỉ muốn nói đến những người Săn tìm Cơ hội trong danh sách những đối tượng tiềm năng của một chiến dịch kinh doanh, những người có thừa thời gian hơn là tiền bạc. Những người chỉ mong muốn một cơ hội mua hàng giá ưu đãi đặc biệt, những người không bao giờ là một đối tượng tiềm năng đáng giá đối với bất cứ loại sản phẩm nào và điều đáng nói ở đây là số người này là không nhỏ một chút nào.

Những người Săn tìm Cơ hội loại này thường thuộc về những nhóm người có thu nhập thấp và cũng thường lớn tuổi hơn các nhóm dân số lý tưởng của các chương trình marketing. Những người hiếm khi thuộc về những nhóm đối tượng tiềm năng đáng thèm muốn của những người làm marketing.

Những người này thường là những người ham hố với những cơ hội dễ dàng, họ thường sẽ là những người đầu tiên đáp ứng với những chương trình ghi nhận có tưởng thưởng của một chiến dịch Marketing Đồng tình. Nhưng rồi họ sẽ mau chóng bộc lộ sự nóng vội của họ qua những bước ghi nhận sau đó. Cũng như đối với mọi chương trình khuyến dụ của các chiến dịch Marketing Quấy rối khác, những người này là một phần tất yếu không thể loại trừ của cuộc chơi. Nhưng cơ may của một chương trình Marketing Ghi nhận là chúng ta có thể loại trừ bớt những người săn tìm cơ hội không đáng giá này qua các bước ghi nhận tiếp theo của chương trình, khi những người nóng vội vì cơ hội này đã bắt đầu nản lòng và bộc lộ bản chất thật của họ qua hành động của họ trong các bước ghi nhận tiếp theo của quá trình ghi nhận.

Dù sao chúng ta cũng phải cẩn thận khi thiết kế các bước ghi nhận của chương trình. Một trong những yếu tố dẫn dụ và khuyến khích của các bước ghi nhận là đơn giản và không gây khó khăn. Sự phức tạp và khó khăn cùng lúc cũng sẽ loại trừ bớt cả những đối tượng mục tiêu đáng trân trọng khác nữa của chúng ta.

Nhiều lúc, ngay cả những người làm marketing khôn ngoan cũng vẫn vướng cái bẫy do chính mình thiết kế ra. Tính dễ dàng và đơn giản của các thông điệp cũng như mức độ ghi nhận của chúng ta phải tương đồng với các nhóm đối tượng mục tiêu đã định của mình.

Những đối tượng tiềm năng đáng giá thực sự này phải cảm nhận được sự thoải mái với chương trình ghi nhận của chúng ta, họ phải cảm thấy mình đang chứng tỏ sự khôn ngoan qua từng bước ghi nhận một của chương trình, họ phải thấy là kiểm soát được diễn biến của từng bước ghi nhận và phải cảm thấy được an toàn như đang giao thiệp với những người thân quen. Họ sẵn sàng nhận được những thông điệp thân hữu chứ không chỉ là những thông điệp điện tử vô hồn (mọi thông điệp đều phải có tính dự kiến, cá nhân và thích ứng).

Cac chương trình ghi nhận có thể được chia thành hai phần khác nhau: mô hình bảo đảm và mô hình cơ may.

Mô hình Ghi nhận Bảo đảm

Trong các chương trình Ghi nhận Bảo đảm, mọi sự ghi nhận được trao đi đều phải có một gía trị thực sự của chúng. Như các tem ghi nhận của S&H chẳng hạn, chúng có giá trị trao đổi của chúng, mỗi một con tem đều được bảo đảm với một tưởng thưởng nào đó tức thì hay trong tương lai khi đã có đủ số lượng yêu cầu.

Điều tốt đẹp đáng ghi nhận ở đây là hầu như mọi người tiêu dùng đều thích thú và bị hấp dẫn bởi sự bảo đảm này. Việc ghi nhận có bảo đảm này đánh tan sự lo sợ bị phỉnh phờ hay gian lận và tạo điều kiện cho người tiêu dùng có thể nhận thấy được quá trình đi lên đến gần với phần thưởng được hứa hẹn của mình khi chấp nhận tham gia vào chương trình ghi nhận này.

Mặt tiêu cực của một chương trình ghi nhận có bảo đảm là mỗi một bước ghi nhận đều có giá phải trả cho chúng. Và đương nhiên chi phí phải có này sẽ tác động đến toàn bộ chương trình Marketing Ghi nhận được tiến hành và đặc biệt là đến việc định giá sản phẩm.

Mô hình Ghi nhận Cơ may

Mô hình Ghi nhận Cơ may là một mô hình hầu như đối nghịch với mô hình Ghi nhận Bảo đảm. Người tiêu dùng trong chương trình này không được bảo đảm với một phần thưởng trong tương lai, thay vì vậy họ nhận lấy cơ may để có thể thắng được một giải thưởng. Kiểu như nhận được những số may mắn thay vì tem ghi nhận, hay những vé số miễn phí thay vì một phần thưởng của công ty.

Lợi thế rõ ràng của mô hình ghi nhận này là chi phí được cố định, chi phí cho những bước ghi nhận tiếp theo hầu như chỉ bằng không. Ví dụ một chiếc xe hay một chuyến du lịch, hoặc chừng đó vé số là tất cả những gì mà người làm marketing phải chi ra cho chương trình ghi nhận của mình.

Chính lợi thế rõ ràng này cùng lúc cũng lại là một bất lợi lớn nhất đối với một chương trình ghi nhận cơ may. Nếu người tiêu dùng cảm thấy họ không có bao nhiêu cơ may để giành được giải thưởng đáng mong muốn đó, sức hấp dẫn của chương trình sẽ không đủ để lôi kéo những người này nhập cuộc. Nếu họ đã nhập cuộc và các bước ghi nhận tiếp theo không đủ lôi cuốn, họ sẽ từ bỏ.

Vì vậy thách thức đối với một người làm marketing Ghi nhận Cơ may là phải thiết kế những chuỗi sự kiện, hoạt động cổ động và tương tác để luôn tạo thành áp lực dẫn dụ. Bằng cách không ngừng tăng cao giá trị tưởng thưởng và làm cho cơ may giành được và các giải thưởng thêm hấp dẫn, những người làm Marketing Cơ may có thể bảo dưỡng được sự quan tâm và hướng dẫn thái độ của người tiêu dùng.

Một giải thưởng độc đắc lên đến hàng tỷ đồng rõ ràng sẽ làm thay đổi thái độ của hầu hết người tiêu dùng, cho dù đó là một bác sĩ, luật sư hay chỉ là một người lao động bình thường thì giải thưởng đó vẫn có khả năng đổi đời cho họ.

Các chương trình Marketing Ghi nhận với một yếu tố Cơ may trong đó cũng tạo thành một tác động tương tự. Tầm mức của giải thưởng hoàn toàn có khả năng vượt qua sự hỗn độn, hấp dẫn người tiêu dùng tham gia và quan trọng hơn hết là tạo thành tần xuất mãi lực. Vấn đề đối với người làm marketing ở đây chỉ là chi phí và sức hấp dẫn sự đáp ứng đối với chương trình dẫn dụ của họ.

Một khi chương trình có thể hoạt động, nó sẽ tạo thành một sức mạnh mà mọi người làm marketing đều thèm muốn. Những lý do cấu thành sức mạnh này cũng đơn giản:

1- Không một ai tham dự chương trình lại có ý nghĩ là họ có thể mất mát.

2- Không một ai sẽ rời bỏ khi đã tham gia.

Một khi chúng ta nghĩ đến việc thực hiện một chương trình Ghi nhận Cơ may cho công ty của mình, hãy ghi nhận thật nhiều yếu tố như có thể. Thách thức trước tiên là ta phải xây dựng được một cơ cấu giải thưởng có tính thực tế để bảo đảm tính trung thực minh bạch.

Thứ hai, điểm then chốt, chương trình phải được xây dựng với tính công khai của sự Đồng tình. Người tiêu dùng cần phải biết và hiểu ngay từ đầu là người làm marketing sẽ theo dấu từng bước hành động của họ và sẽ dùng những dữ liệu này để có riêng những thông điệp có dự kiến, cá nhân và thích ứng cho họ.

Thiếu sự đồng tình này, một tưởng thưởng cho người tiêu dùng không còn thể hiện đúng giá trị vốn có của nó. Tại sao việc xác định sự đồng tình lại là quan trọng? Nó có thể chuyển đổi thành lợi nhuận hay sao? Chính sự đồng tình đem lại tính dự kiến, mục đích là không làm cho người tiêu dùng bị làm phiền và chỉ gởi cho họ những thông điệp mà họ dự kiến và sẵn sàng đón nhận.

Công nghệ đã mang lại cho chúng ta nhiều cách phối hợp marketing phong phú. Tuy không có được tính công khai như một chương trình Ghi nhận Bảo đảm nhưng cũng giành được những lợi ích tương tự.

Với máy tính và mạng Internet, chúng ta hoàn toàn có thể ghi nhận mọi quan hệ của khách hàng và đối tượng tiềm năng qua từng bước một của chương trình Ghi nhận Cơ may. Chúng ta có thể từ những dữ liệu này để quyết định mức tưởng thưởng hay nâng cấp các bước ghi nhận về đối tượng tiềm năng cho phù hợp và chứng tỏ sự quan tâm riêng lẻ đối với từng khách hàng của mình. Và còn gì thích thú và hài lòng hơn khi nhận được những món khuyến mãi phù hợp với ý thích của mình? Bạn thử nhớ lại xem mình đã bao nhiêu lần nhận được những món quà khuyến mãi mà bạn thực lòng không hề muốn nhận?

Còn có gì có thể hỗ trợ cho sự đồng tình hơn khi chúng ta có thể trao đi đúng những gì mà khách hàng của mình đang nghĩ đến hay bất ngờ nhưng thực sự hào hứng khi nhận được? Còn có gì chứng tỏ cho sự quan tâm của chúng ta đối với khách hàng hơn là những món quà mang tính cá nhân và riêng biệt như vậy? Nhưng nên nhớ, ta không thể lạm dụng hiểu biết này để qua mặt khách hàng với một tấm thiệp chúc mừng hay một vài cái tã giấy không đáng giá khi vừa biết được họ đã mua mấy bộ quần áo cho trẻ sơ sinh. Việc theo dấu khách hàng một cách không nghiêm túc có thể khiến ta phải trả giá một cách không đáng chút nào.

Chúng ta hoàn toàn có khả năng trao đi những món quà khuyến mãi thực sự phù hợp và mang tính cá nhân với những hiểu biết đã thu thập được trong quá trình đồng tình hóa mối quan hệ tương tác giữa đôi bên như khu vực cư trú của khách hàng, sở thích cá nhân, mức thu nhập...

Ta có thể tự nhận xét và nhận thấy tác động của một mối quan hệ thực sự tương tác với sự đồng tình trong việc tạo thành tính trung thành bền vững mà mọi người làm marketing đều hết lòng nỗ lực để đạt đến.

Cấp độ Đồng tình Quan hệ Cá nhân

Cấp độ thứ ba của hệ thống giao tiếp Marketing Đồng tình là cấp độ Quan hệ Cá nhân. Bạn có cảm thấy bất ngờ khi mối Quan hệ Cá nhân lại nằm ở mức thấp hơn trong các thang bậc của hệ thống giao tiếp Marketing Đồng tình? Đơn giản là chỉ bởi ở cấp độ này, người làm marketing không hoàn toàn lượng định được đúng mối quan hệ tương tác giữa đôi bên.

Ứng dụng mối quan hệ chúng ta có được với các cá nhân là một cách hết sức hiệu quả để nhắc nhở lại mối quan tâm hay để định hướng thái độ của các cá nhân này nhưng phương cách tiếp cận này phụ thuộc vào các cá nhân. Một nhân viên có thể thành công và thăng tiến nhưng mối quan hệ Đồng tình giữa người này và công ty vẫn không thay đổi được bao nhiêu. Một người thợ sửa xe chẳng hạn, không thể tính tiền nhiều hơn với một phương pháp sửa chữa mới bởi không có gì để bảo đảm là khách hàng sẽ hài lòng với phương pháp mới này của anh ta.

Các mối quan hệ cá nhân đối với thế giới kinh doanh là một thứ chậm phát triển và khó lòng mở rộng. Chúng ta có thể phải mất nhiều năm dài dặc tạo thành và phân phối những sản phẩm hoàn hảo, nỗ lực bán hàng hiệu quả cùng với những lời rao truyền tốt đẹp mới có thể nâng cấp lợi ích của các mối quan hệ cá nhân.

Một người thợ giặt ủi gần nhà chúng ta có thể tẩy bỏ những vết ố bẩn trên lễ phục bằng một phương pháp mới hay giới thiệu những dịch vụ mới khác biệt hẳn với một người thợ giặt ủi khác cũng không làm cho chúng ta hào hứng hay thích thú gì hơn. Đó là sự đồng tình ở cấp độ quan hệ cá nhân, chúng ta hài lòng đó nhưng chỉ vậy là hết.

Chỉ bởi không thể lượng định được sự đồng tình ở cấp độ này không có nghĩa là nó không ý nghĩa hay không hữu dụng. Với sự xác định đúng từng cá nhân và rồi nỗ lực để giành lấy lòng tin và sự đồng tình từ họ, những người làm marketing bán lẻ và công ty với công ty (B2B) có thể tạo thành tác động to lớn trên lợi nhuận. Việc giao dịch chứng khoán trên thị trường chứng khoán không thể hình thành nếu không có sự đồng tình từ cả hai phía. Biết bao nhiêu công ty đã tạo dựng được cả một vương quốc cho mình với sự đồng tình mà họ đạt được để bán hay thực hiện dịch vụ toàn phần cho chỉ một số công ty nào đó.

Xác nhận giá trị của một sự Đồng tình trong quan hệ tương tác chính là căn bản phát triển của việc kinh doanh. Có thể chia các mối quan hệ cá nhân này thành ba nhóm: nhóm cá nhân *đồng tình cao* - những cá nhân mà chúng ta có thể gọi điện giới thiệu và bán hàng; nhóm cá nhân *tạm gọi là đồng tình* - những người đã được nghe nói về chúng ta hay đã từng có giao dịch và chúng ta có thể marketing sản phẩm hay dịch vụ của mình với họ; nhóm cá nhân *xa lạ* - những người chúng ta được biết về họ và nỗ lực để bắt đầu mối quan hệ.

Nếu chúng ta lỡ để lạc mất cuốn sổ tay với hàng ngàn tên tuổi, địa chỉ của các mối quan hệ. Một ai đó nhặt được có thể dùng những thông tin này để tạo mối quan hệ cho họ không? Rõ ràng là họ có thể biết được những thông tin chúng ta đã ghi nhận, nhưng họ không thể bỗng dưng mà giành được sự đồng tình mà những người này đã bằng lòng và tin tưởng mà trao cho chúng ta sau quá trình giao tiếp tương tác giữa đôi bên. Cho dù ở cấp độ nào đi nữa cũng là không thể.

Những thông tin này của chúng ta không mang lại ích lợi gì thực sự đối với bất kỳ một ai khác, có cùng lắm là họ chỉ có được một cơ sở dữ liệu. Sự Đồng tình là vô giá. Đối với những người làm marketing không hề thu hoạch lấy và bảo dưỡng sự đồng tình cũng vậy, gọi những cuộc điện thoại bán hàng cho những người không sẵn sàng để nghe những giới thiệu vô cảm không thể đem lại cho họ lợi ích gì đáng kể.

Cambridge Technology Partners là một công ty tư vấn và lập trình kỹ thuật cao đã phát triển lớn mạnh nhanh chóng đến không ngờ. Công ty này tập trung 100% nỗ lực của họ vào các phòng công nghệ thông tin của 1.000 công ty lớn nhất nước Mỹ. Trên thực tế, công ty này chỉ quan tâm đến 1.000 nhân vật đáng chú ý - 1.000 chủ tịch hội đồng quản trị của 1.000 công ty đầu tiên trong danh sách Fortune, những công ty lớn nhất nước Mỹ.

Ngay từ những ngày đầu thành lập, công ty này đã áp dụng Marketing Đồng tình để tạo thành mãi lực mong muốn. Họ mời các ủy viên giám sát của các công ty nói trên đến với các buổi hội thảo dành riêng cho các cấp lãnh đạo. Tại các buổi hội thảo này họ mời các nhà lãnh đạo công ty phát biểu ý kiến về các đề tài mà cộng đồng công nghệ thông tin đang đối mặt. Không có vấn đề bán hàng được thảo luận ở đây và đương nhiên cũng không thể có việc hình thành mãi lực. Đó là kế hoạch marketing có ý thức và mục tiêu rõ ràng của Thornton May và ông này không muốn có mãi lực vào lúc đó, cũng không ghi nhận gì về những vấn đề mà các đối tượng tiềm năng của công ty đang đối mặt. Mục tiêu của ông ta trong lúc đó chỉ đơn giản là giành được sự Đồng tình để rồi sẽ nói chuyện với những người này vào một ngày nào đó khác.

Và rồi cũng đến lúc Cambridge Technology Partners sẵn sàng để thực hiện một lời chào bán, sẵn sàng để xác định và đưa ra một giải pháp cho vấn đề đang gây khó khăn cho các công ty. Lúc này sự Đồng tình mà họ đã đạt được và vẫn luôn nâng cấp cùng với thời gian mới bộc lộ lợi ích của nó, một lợi ích hoàn toàn xứng đáng với đồng tiền đầu tư của họ. Một chi phí 500 ngàn USD để đạt cho được sự đồng tình từ các cá nhân lãnh đạo của một ngàn công ty lớn không phải là rẻ, nhưng cũng không hề là đắt so với giá trị thực tế tuyệt vời có thể giành được.

Sự Đồng tình cá nhân là yếu tính thành công đối với mọi bác sĩ, luật sư cũng như những chuyên gia khác nhưng bởi quá cá nhân nên sự đồng tình kiểu này cũng ẩn chứa những rủi ro.

Dịch vụ tồi hay tương tác tệ sẽ đánh mất kiểu đồng tình này vĩnh viễn. Một người thợ đấm bóp ứng dụng một phương pháp xoa bóp mới gây khó chịu cho một khách hàng quen biết của mình để rồi chỉ nhận ra là mình đã mất đi người khách hàng đó mãi mãi.

Hơn nữa, phần lớn những người làm marketing không thể cung ứng quá nhiều mức độ dịch vụ khác biệt cho những khách hàng khác nhau. Một người thợ giặt ủi không thể hấp một bộ quần áo vội và rẻ cho khách hàng này, trung bình cho một khách hàng khác và kỹ hơn, đắt hơn nữa cho một khách hàng khác nữa. Một khách hàng này có thể chỉ muốn ghé qua mua gì đó rồi nhanh chóng ra đi, một khách hàng khác lại có thể muốn nhẩn nha nhìn ngắm và trò chuyện rồi mới quyết định mua. Nếu sự Đồng tình không được xây dựng trên căn bản lòng tin và sự tương tác cá nhân của người bán hàng, mâu thuẫn xảy ra là khó lòng tránh khỏi.

Sự Đồng tình cá nhân là hình thức mạnh nhất để chuyển đổi thái độ của một khách hàng. Việc trở thành người khách hàng của tháng không thể khiến cho một ai đó sẵn sàng cởi mở hoàn toàn, nhưng một bác sĩ với bệnh nhân thì khác. Với niềm tin và sự Đồng tình đã đạt được từ bệnh nhân đó, vị bác sĩ hoàn toàn có thể được người đó sẵn sàng thổ lộ bất cứ những gì thầm kín và riêng tư.

Sự Đồng tình cá nhân cũng là một cách dễ dàng nhất để nâng cấp mức độ đồng tình của một khách hàng lên đến cấp độ Trong Hệ thống trong các cấp độ Đồng tình. Đây là cách tốt nhất để bán một sản phẩm truyền thống, một sản phẩm đắt giá hay một sản phẩm phải cần đến thời gian và nỗ lực học tập để có thể thực sự hài lòng.

Nếu bạn là một chuyên gia đã có được sự Đồng tình cao từ một số đông khách hàng chuyên biệt, cách hoàn hảo duy nhất để cải tiến công cuộc kinh doanh của bạn không phải là đạt thêm những khách hàng mới mà là củng cố mối quan hệ và bán thêm nữa cho những khách hàng đã trao gởi sự Đồng tình cho mình.

Cấp độ Đồng tình Niềm tin Thương hiệu

Thấp hơn nữa trong danh sách các cấp độ Đồng tình là cấp độ Niềm tin Thương hiệu. Đây là một nỗ lực xây dựng thương hiệu, một điều tâm niệm của hầu hết mọi người làm Marketing Quấy rối. Một phương cách không thể định lượng được rõ ràng nhưng là một nỗ lực có thể nói là đầy hưng phấn trong quá trình marketing.

Niềm tin Thương hiệu là một hình thức tin tưởng vào sản phẩm hay thương hiệu tuy không được rõ ràng nhưng nhẹ nhàng và an toàn mà người tiêu dùng cảm nhận đối với một thương hiệu đã tốn phí vô khối tiền bạc vào những thông điệp quấy rối thường xuyên và kiên trì.

Niềm tin Thương hiệu vẫn luôn được đánh giá quá cao, hết sức tốn phí để tạo thành, cần nhiều thời gian để phát triển, khó lượng định và càng khó để vận dụng. Phần lớn ngân sách của mọi nỗ lực marketing đều dành cho quảng cáo và hầu như phần lớn của các quảng cáo này đều chú tâm vào việc xây dựng thương hiệu. Những ví dụ mà hầu như mọi người làm marketing chúng ta đều biết đến như chiến dịch marketing xây dựng thương hiệu của ICC, Sfone, Laser Beer hay nỗ lực xây dựng 5.000 điểm truy cập wifi miễn phí của FPT... tất cả chỉ chú tâm vào việc xây dựng Niềm tin Thương hiệu.

Niềm tin Thương hiệu thường dẫn tới việc mở rộng thương hiệu. Nếu đã có người tin vào nước tăng lực Number One, họ hoàn toàn có thể tin vào nước đậu nành Number One. Nếu một chiếc Honda Air Blade đã gây dựng được niềm tin thì một chiếc PCX hoàn toàn có khả năng sẽ được tin tưởng. Một lý luận nghe thực hợp lý(?) nhưng hiếm khi chứng tỏ trên thực tế.

Dù sao thì việc gì cũng đều có mặt trái của nó. Một thương hiệu mở rộng thất bại sẽ chắc chắn đem lại những hệ quả đáng buồn cho thương hiệu đó. Một khi người làm marketing lạm dụng sự Đồng tình đã nhận được từ người tiêu dùng, họ sẽ bị người tiêu dùng nghi ngại và thủ thế để không bị lạm dụng nữa.

Sức mạnh của niềm tin thương hiệu có tầm quan trọng rõ ràng của nó. Một thương hiệu mới cạnh tranh với một thương hiệu đã được tin tưởng hầu như không có mấy cơ may để có thể nhanh chóng mở rộng nhận thức về mình. Khi chúng ta nghe về một chiếc xe Honda hay Suzuki mới nào đó, chúng ta thường sẽ dễ quan tâm đến hơn là khi nghe nói về một chiếc Lifan mới nào đó. Thông điệp quảng cáo của một sản phẩm mới chưa mấy ai biết đến thường khó vượt qua được sự hỗn độn của môi trường marketing để gây chú ý với người tiêu dùng.

Niềm tin Thương hiệu không chỉ ứng dụng cho hàng tiêu dùng và xe mà còn có tác động đến những nhà bán lẻ, nhà hàng hay ngay cả các cá nhân. Một cuốn sách mới của một tác giả đã được tin tưởng sẽ nhanh chóng được đón nhận rộng rãi, nhưng nếu sau đó những cuốn sách mới này không đạt được chất lượng như cuốn đã tạo nên tên tuổi cho tác giả, niềm tin đã được tạo dựng đó sẽ nhanh chóng lụi tàn.

Trường hợp của Công ty Hóa phẩm Quốc tế ICC trong năm 2003 là một ví dụ rõ ràng nhất về việc tập trung vào xây dựng thương hiệu và rồi sau đó tự làm mất đi Niềm tin Thương hiệu đã có được của mình vì chỉ chú trọng đến những lợi ích ngắn hạn. Công ty này bắt đầu bằng việc tung tiền vào quảng cáo để xây dựng Niềm tin Thương hiệu với tần xuất quảng cáo cao. Họ đã đạt được niềm tin này với vô số những chiến thuật phối hợp marketing từ giá cho đến xây dựng sự kiện. Tập trung vào việc xây dựng thương hiệu, họ đã không xem trọng phần sản xuất. Với chất lượng thua kém so với các sản phẩm hiện có trên thị trường cộng thêm sự phản ứng mãnh liệt của các đối thủ cạnh tranh chính, ICC đã tự mình nhanh chóng làm bốc hơi niềm tin thương hiệu đạt được bằng một số tiền lớn và sự nóng vội chứ không thật sự bằng chất lượng và uy tín được người tiêu dùng chấp nhận và trao cho.

Trong ví dụ này có một điểm quan trọng cần được nhắc đến, đạt được sự Đồng tình về nhận thức thương hiệu chỉ mới là đặt chân lên ngưỡng cửa để đi vào vùng của Niềm tin Thương hiệu. Niềm tin Thương hiệu đến từ nhận thức thương hiệu qua quảng cáo và các chiêu thức marketing phối hợp khác với tần xuất cao chỉ mới là một Niềm tin sơ sinh, mong manh và dễ thương tổn. Để đạt đến sự vững mạnh, một Niềm tin Thương hiệu thật sự cần đến thời gian và sự chứng tỏ của chất lượng sản phẩm, dịch vụ để có thể trưởng thành.

Đây là một điểm có tầm quan trọng sống còn. Chúng ta rất dễ sai lầm và làm phí hoài đi Niềm tin Thương hiệu mà chúng ta đã đạt được bằng máu và nước mắt. American Online đã là nạn nhân của sự lạm dụng niềm tin và rồi mắc phải sai lầm này. Vào lúc khởi đầu, AOL là một phương tiện không hề bị tràn ngập vì sự hỗn độn. Nó hoàn toàn được kiểm soát bởi một công ty, và số lượng cũng như thời gian quảng cáo trên AOL được giám sát và thực hiện tốt. Những người sử dụng lúc đó tin vào quảng cáo trên mạng của AOL, họ tin là các quảng cáo này thực sự đáng để quan tâm.

Và rồi AOL nhận thấy họ có thể tác động đến Niềm tin này và từ đó có thể bán được bất cứ sản phẩm nào mà họ quảng cáo chen vào để quấy rối người sử dụng AOL. Hệ quả là AOL bắt đầu trở thành một phương tiện cũng hỗn độn như mọi phương tiện truyền thông khác. Họ bán được nhiều sản phẩm và dịch vụ hơn nhưng cùng lúc cũng mất dần đi sự Đồng tình đã được trao phó.

Và, như chúng ta có thể dự đoán, tỷ lệ đáp ứng với những quảng cáo quấy rối này rồi cũng dần dà suy giảm cùng với sự Đồng tình. Với thời gian, AOL nhận ra rằng họ đang mất đi những món tiền khổng lồ cùng với sự Đồng tình hết sức quý giá mà họ đã đạt được.

Một trong những nghịch lý của việc tập trung vào Niềm tin Thương hiệu như một cấp độ đáng thèm muốn của sự Đồng tình là niềm tin này cũng cùng lúc là một đối tượng áp lực. Cùng với thời gian chúng ta sẽ càng lúc càng khó mà nâng cấp niềm tin đã có này của người tiêu dùng.

Trường hợp những trang web bán hàng theo nhóm như cungmua.com, nhommua.com, muachung,vn... những trang bán hàng nhắm vào sức mua của một số đông người để có được sản phẩm, dịch vụ, giảm giá cao là nằm ở cấp độ niềm tin thương hiệu này. Cũng như các chương trình khách hàng VIP của phần lớn các siêu thị hiện nay, các thương hiệu này đang áp dụng Marketing Đồng tình nhưng chưa thực sự thể hiện được đủ các bước nâng cấp nên hầu như tất cả khách hàng của các thương hiệu này chỉ có thể nhận thức đến cấp độ này trong các cấp độ đồng tình.

Một khi Niềm tin đối với một thương hiệu đã lung lay và rồi bị tấn công bởi một người làm marketing nào khác muốn phá hoại nó, thật khó mà giành lại được mức độ Đồng tình đã đạt đến được trước đó bởi hầu như chúng ta sẽ không bao giờ có đủ được những công cụ hữu ích dành cho việc tái tạo niềm tin này. Tiếng nói của thương hiệu sẽ yếu đi với thời gian bởi không còn khả năng củng cố niềm tin trên căn bản cá nhân nữa. Thật quá đắt đỏ để vực lại một niềm tin đang bị sói mòn của cả một đại chúng.

Nghe có vẻ như Niềm tin Thương hiệu chỉ là một cấp độ nhất thời của sự Đồng tình? Hoàn toàn đúng trên mọi căn bản của nhận định này. Đó là một cấp độ Đồng tình cần phải được nhắm đến, đầu tư và bảo vệ. Những người làm Marketing Thương hiệu tốt đều biết phải làm những gì để nâng cấp Niềm tin Thương hiệu này một cách từ tốn bởi họ biết - niềm tin thương hiệu không thể được tạo thành bằng những cách nóng vội.

Cấp độ Đồng tình Trường hợp

Cấp độ cuối cùng trong các thang bậc Đồng tình là cấp độ Trường hợp. Một hình thức có vẻ như tình cờ nhưng cũng vô cùng hữu dụng.

Sự Đồng tình ở cấp độ Trường hợp thường bắt đầu với câu hỏi, "Ông... cần gì?" Khi một người tiêu dùng gọi đến số điện thoại miễn phí hay tìm đến cửa hàng, nơi chốn của chúng ta để yêu cầu thông tin là người đó đã trao cho chúng ta sự Đồng tình Trường hợp. Khi bạn ngừng lại để hỏi thăm đường, nhờ hướng dẫn hay khi mua bất cứ gì từ một người nào đó là bạn đã chấp nhận trao đi một sự đồng tình ở cấp độ trường hợp.

Bằng nhiều cách, cấp độ trường hợp này tuy có vẻ như ngẫu nhiên nhưng thực sự hiệu lực. Người tiêu dùng và người làm marketing hay bán hàng bỗng tạo thành một sự gần gũi xã hội hết sức thực tế. Người tiêu dùng đã đi bước đầu tiên cho mối quan hệ tương tác đáng thèm muốn này, vì vậy sự thích hợp không còn là vấn đề lúc này nữa. Nói chung thì trong trường hợp này, vấn đề tiền bạc hay giá cả chưa là vấn đề ngay lúc đó hay ngay cả trong một tương lai ngắn sau đó.

So với các kỹ thuật Marketing Quấy rối khác như quảng cáo truyền hình hay thư tín trực tiếp thì đây đúng là một cơ hội ngàn vàng đối với hầu hết mọi người làm marketing. Nhưng dù trong bất cứ trường hợp nào thì điều này cũng cần được đáp ứng một cách chính xác hay rồi nó sẽ trôi qua mà không đem lại chút ích lợi nào cho cả đôi bên.

Bởi chúng ta có vô số những đối tượng tiềm năng tương tự nên bất cứ một ai, cho dù chỉ là một người phục vụ, có mặt ngay lúc đó cũng đều là những người có khả năng marketing cao nhất. Vì vậy điều đáng quan tâm trước hết trong trường hợp này chính là đội ngũ marketing của chúng ta phải được huấn luyện bài bản và có định hướng thật minh bạch và định hướng marketing của từng giai đoạn phải được toàn thể nhân viên nắm vững. Có lẽ đây chính là lý do mà chúng ta cần đến đồng phục nhất - một cách dễ dàng nhất để chứng tỏ mức độ chất lượng của một thương hiệu.

Nếu nhóm người làm việc cấp thấp là quan trọng như thế, các tổ chức cần phải đầu tư thời gian và tiền bạc để huấn luyện nhóm nhân viên trực tiếp đối mặt với khách hàng của họ về các kỹ thuật nâng cấp sự Đồng tình. Chính vì vậy một câu hỏi thông thường của những nhân viên phục vụ ở các cửa hàng McDonald có thể được xem như một câu hỏi đáng giá nhất trong cấp độ trường hợp của Marketing Đồng tình. "Ông cần thêm khoai tây chiên cho món này chứ, thưa ông?", câu hỏi này đã trở thành câu cửa miệng của mọi nhân viên phục vụ của McDonald và chính nó đã đem lại cho chuỗi cửa hàng thức ăn nhanh này hàng tỷ USD lợi nhuận cộng thêm.

Điều đáng quan tâm nữa của cấp độ Đồng tình này là nó có thể xảy ra bất cứ lúc nào và nếu người làm marketing không kịp thời xử lý nhanh nhạy và hiệu quả, cơ hội sẽ qua đi. Chính vì vậy, điều nên thực hiện kế tiếp (sau khi đã bán được thêm một đĩa khoai tây chiên) là hình dung ra cách thức để nâng cấp sự Đồng tình này lên một cấp độ cao hơn.

Đến bước này thì đây bắt đầu là phần việc của những người làm marketing thực sự của tổ chức.

Rác

Ở cấp độ cuối cùng, điểm bằng không, nơi mà mọi người làm Marketing Quấy rối bắt đầu là Rác. Không hề có chút đồng tình nào ở cấp độ bằng không này. Nếu bạn cho là không thể có cấp độ này với những quảng cáo thích hợp, xin hãy xét lại.

Hầu hết các chiến thuật phối hợp marketing 4P (product price - place - promotion. sản phẩm - giá - nơi chốn - quảng cáo) đều là rác. Các quảng cáo truyền hình là rác (ngoại trừ một số quảng cáo thông tin). Các thư quảng cáo trực tiếp gởi đến cho những người xa lạ là rác. Các quảng cáo truyền thanh cũng vậy và ông vua của các loại rác này là các thư quảng cáo, bán hàng điện tử.

Thư quảng cáo điện tử là vua của các loại "rác" vì gởi chúng đi hầu như không tốn phí. Một người làm marketing trên mạng có thể gởi đi hàng triệu thư quảng cáo điện tử quấy rối với một tốn phí hầu như không đáng kể, vài trăm ngàn. Bất cứ một người làm marketing nào có đủ can đảm để không e ngại sự chán ghét của hàng triệu con người đều hy vọng chút lợi ích từ việc này với một số tiền đầu tư quá nhỏ nhoi.

Những người lên mạng xác định rằng một khi không thể kiểm soát được các thứ rác này cũng đồng nghĩa với việc mạng Internet mà họ yêu thích đã cáo chung. Thư điện tử sẽ mất đi chức năng của nó. Trong một thế giới không tốn phí như Internet, một khi sự hỗn độn tràn ngập sẽ là không thể chịu đựng nổi. Nếu hàng ngày buộc phải nhận đến hàng triệu thư điện tử thì như thế nào, chúng ta có thể tự mình tưởng tượng được. Sự hỗn độn tràn ngập này sẽ làm tê liệt mạng Internet. Không một hộp thư cá nhân nào có đủ được dung lượng để hoạt động với mức độ tràn ngập nói trên. Điều này mới thực sự là một thảm họa một khi nó trở thành hiện thực. May mắn thay, trường hợp tồi tệ này đã không thể xảy ra bởi các chuyên gia Internet đã dự kiến và sáng tạo ra những công cụ chống thư rác thực sự hiệu quả.

Chi phí để trao đi những thông điệp marketing sẽ càng ngày càng rẻ với số lượng các nguồn phương tiện truyền thông mới không ngừng phát triển. Chi phí cho in ấn sẽ trở thành không quan trọng cùng với việc sử dụng các nguồn thông tin điện tử tăng lên. Với một số lượng vô tận các website cũng như các đài truyền hình cáp, các quảng cáo quấy rối cũng sẽ tăng trưởng đến mức không còn có thể chấp nhận nổi. Và những người làm Marketing Đồng tình sẽ giành lấy phần thắng chắc chắn từ đây.

Phần quan trọng nhất trong cỗ xe ba ngựa Marketing Đồng tình - dự kiến, cá nhân và thích ứng - hình như rõ ràng là phần dự kiến. Được dự kiến đồng nghĩa với việc được chấp nhận. Rác là không hề được dự kiến mà chúng còn là dáng ghét nữa!

#

- VII -

HOẠT ĐỘNG VỚI SỰ ĐỒNG TÌNH NHƯ MỘT LỢI KHÍ

Chúng ta không thể hẹn hò với
bạn gái, bạn trai của người khác

MỘT KHI ĐÃ GIÀNH ĐƯỢC SỰ ĐỒNG TÌNH, chúng ta phải nỗ lực bảo dưỡng và mở rộng sự Đồng tình đó. Có bốn quy luật để người làm marketing có thể hiểu rõ hơn sự Đồng tình.

Sự Đồng tình là không thể chuyển giao

Sự Đồng tình là vị kỷ

Sự Đồng tình là một quá trình chứ không chỉ một giai đoạn

Sự Đồng tình có thể mất đi bất cứ lúc nào

Sự Đồng tình là không thể chuyển giao

Bất kể là chúng ta đã hò hẹn được bao lâu chúng ta không được phép gởi một người thay thế cho các buổi hẹn hò. Chúng ta cũng không thể hò hẹn với bạn trai hay bạn gái của người khác.

Điều luật này gây ngạc nhiên lớn cho những người làm Marketing Trực tiếp. Đối với marketing truyền thống, việc mua hay thuê mướn, trao đổi dữ liệu là hoàn toàn bình thường. Điều này vẫn được thực hiện một cách bí mật, nhưng vẫn diễn ra hầu như hàng ngày trong môi trường marketing. Trên thực tế, đây là một ngành công nghiệp trị giá nhiều tỷ USD.

Nghe thật đáng sợ, nhưng đó là một thực tế. Bạn hoàn toàn có thể có được danh sách tất cả những ai sở hữu một chiếc Lexus trên địa bàn thành phố Hồ Chí Minh chẳng hạn, tất cả những ai có mức thu nhập trên 10 triệu một tháng chẳng hạn... đó là những dữ liệu có lúc cần thiết cho một nỗ lực marketing nào đó và bạn hoàn toàn có thể mua hay bằng cách nào đó khác có được.

Trong một môi trường marketing càng lúc càng tràn ngập và hỗn độn, những dữ liệu như trên sẽ càng lúc càng đắt giá bởi chúng có thể mang lại một dự kiến cho những người làm Marketing Quấy rối.

Những người làm Marketing Thư tín trực tiếp đã phát hiện một cách để chiến đấu tốt hơn với những đối thủ trực tiếp của mình là mua lấy một danh sách thư tín hữu dụng nhất có thể. Họ có thể làm đủ chuyện từ thử nghiệm cho đến nghiên cứu chỉ để tăng trưởng tỷ lệ đáp ứng nhất thời đến mức tốt nhất.

Điều này không bao giờ là một phương tiện marketing tốt đối với những người làm Marketing Đồng tình. Bởi việc làm này có thể làm cho người tiêu dùng nghi ngại. Đối với Marketing Đồng tình, một khi bạn đã làm cho đối tượng tiềm năng cảm thấy khó chịu bạn không chỉ chặn lối sự Đồng tình mà bạn còn tạo nên sự e ngại - một trong những kẻ thù của Marketing Đồng tình. Ai cũng bất ngờ và nghi ngại khi thấy những thông tin cá nhân mình bị người khác biết được, và kiểu bất ngờ này luôn đem lại sự e ngại. Tệ hại hơn nữa là sự e ngại này (trên quan điểm marketing) chính là chướng ngại lớn nhất khiến người ta không muốn mua hàng và trả tiền qua Internet.

Thoạt nhìn qua, việc chuyển giao sự Đồng tình có vẻ như không tổn hại gì cho đến khi ta nhận biết rằng một khi đã chuyển giao, sự Đồng tình thực sự không còn tính Đồng tình trong đó nữa. Nếu một công ty xa lạ nào đó gởi cho bạn một thư điện tử mà bạn không dự kiến sẽ nhận được, hầu như chắc chắn bạn sẽ không quan tâm đến - thậm chí còn không dám nhấn chuột vào để xem. Đó cũng chỉ là "rác" như mọi thứ thư rác khác mà bạn vẫn nhận được hàng ngày trên Internet.

Điều chúng ta đang muốn bàn đến ở đây là tính hiệu quả của sự Đồng tình trong marketing chứ không phải về mặt đạo đức. Một quảng cáo thực sự thích hợp được nhắm đến những đối tượng không đồng tình cũng không thể có được hiệu lực như cùng một quảng cáo đó nhưng được gởi đến với những đối tượng đã chấp nhận trao đi sự Đồng tình cho dù ở cấp độ nào.

Ví dụ, có một công ty thực hiện marketing trên Internet bằng cách mua lại địa chỉ hộp thư trên mạng của bạn từ những website khác, những website mà bạn buộc phải đăng ký địa chỉ email của mình để truy nhập. Với những dữ liệu trên, công ty này gởi đến địa chỉ mail của bạn và khi bạn lên mạng nó sẽ tự động cài vào hộp thư của bạn một hồ sơ cực nhỏ với quảng cáo của họ trong đó. Bạn buộc sẽ phải chú tâm đến băng quảng cáo nhỏ bé này bởi nó xuất hiện trên địa chỉ của mình chứ không phải trên các website khác mà chúng ta thường coi như rác và hầu như ít khi nào để ý đến.

Các quảng cáo kiểu này có hoạt động không? Rõ ràng là hoạt động bởi hầu hết mọi người đều buộc phải quan tâm đến chúng, cho dù chúng quấy rối. Chúng có hiệu quả không? Hầu như chắc chắn là không. Sau khi buộc phải chú ý đến chúng, chúng ta sẽ liệt chúng vào loại những thứ rác. Thậm chí sau đó, nếu ta có nhìn thấy cái tên đã được quảng cáo này ở đâu đó, chúng ta chắc chắn cũng sẽ nhanh chóng loại bỏ chúng ra khỏi tâm trí như mọi loại rác mà hàng ngày chúng ta vẫn phải loại bỏ. Chúng ta không tin vào cái tên đó được nữa, ngay từ đầu chúng ta đã không đồng tình với việc phải chú tâm đến chúng thì chúng khó có thể trở thành một thứ khiến ta phải quan tâm sau này. Sự Đồng tình được chuyển giao không còn là một sự Đồng tình nữa - thậm chí chúng còn có những tác động ngược còn tai hại hơn là chỉ quấy rối thuần túy.

Thế còn về phần các website đã bán và lạm dụng sự Đồng tình nhận được từ bạn thì sao? Có thể bạn không thể biết được những thông tin về mình đã bị rò rỉ ra từ đâu. Bạn chỉ đơn giản hồ nghi và trở thành cẩn trọng hơn với việc trao đi những thông tin riêng của mình. Bạn cũng mất đi niềm tin đã có với các website không có được một uy tín rõ ràng mà bạn đã đăng ký để truy nhập, và hầu như chắc chắn trong số đó sẽ có mặt các website đã mưu lợi từ thông tin thâu nhận được từ bạn. Chúng ta có nhìn thấy tương lai của một môi trường hỗn độn trên Internet từ ví dụ trên không? Một khi sự hỗn độn marketing đã tràn lan đến mọi ngõ ngách truyền thông thì sức mạnh của Marketing Đồng tình lại càng hiển lộ.

Từ những quan điểm trên, những người làm Marketing Đồng tình thực sự hiểu rõ hơn về giá trị của sự Đồng tình mà họ đã nhận được từ các đối tượng tiềm năng. Càng hiểu thấu giá trị của những gì mình đã đạt được họ càng trân trọng và không bao giờ có thể dễ dàng trao chúng đi cho bất kỳ ai - những người làm Marketing Đồng tình hiểu rõ rằng sự Đồng tình đã chuyển giao sẽ không còn là sự Đồng tình nữa ngay cả với những người đã chuyển giao.

Sự Đồng tình là vị kỷ

Một trong những lý do khiến cho những người làm marketing thường ham hố trao đổi hay mua bán dữ liệu là bởi họ muốn luôn kiểm soát được môi trường marketing chung quanh họ. Một danh sách mua được vẫn có thể dùng để gởi thư quảng cáo đến cho các đối tượng tiềm năng không cần biết đến việc những người tiêu dùng này có muốn hay sẵn sàng đón nhận hay không. Theo quy luật, khi đạt đến một số lượng lớn có nghĩa là dù sớm dù muộn thì mãi lực cũng hình thành, và nếu chi phí để có được một danh sách thấp hơn hay đủ và đúng các đối tượng mục tiêu, những người làm marketing quấy rối sẽ thấy đây là một việc đáng để nỗ lực.

Những người làm Marketing Đồng tình lại nhắm đến cách tiếp cận đối nghịch. Họ cảm nhận, họ không phải là những người kiểm soát môi trường marketing mà chính người tiêu dùng mới là những người kiểm soát. Và trong thâm tâm, mọi người ai cũng đều vị kỷ, người tiêu dùng cũng vậy. Người tiêu dùng quan tâm không bao nhiêu đến những gì về bạn, về công ty của bạn, sản phẩm của bạn, nghề nghiệp của bạn hay gia đình của bạn. Họ cũng không quan tâm mấy đến việc bạn có thể giải quyết các vấn đề của họ ra sao. Điều mà người tiêu dùng quan tâm đến nhất chỉ là những gì thực sự liên quan đến chính họ mà thôi.

Mục tiêu chính của Marketing Đồng tình là trao cho những người xa lạ một lý do để quan tâm, trong khi những người làm Marketing Quấy rối lại nhắm đến chính người tiêu dùng để bảo đảm cho việc kinh doanh của họ. Những người làm Marketing Quấy rối hiếm khi muốn nhưng buộc phải dùng đến tính giải trí hay ngay cả những thông tin cần thiết, điều mà họ muốn nhắm đến nhất là dùng sự đột nhập quảng cáo để nhồi nhét thông điệp marketing của họ vào tâm trí của người tiêu dùng. Đạt được điều này là tất cả đối với những người làm Marketing Quấy rối, họ không quan tâm đến việc những đối tượng tiềm năng của họ có muốn và sẵn sàng hay không.

Có lẽ chúng ta thực sự không mấy khi quan tâm đến một quảng cáo nào đó, nhưng những người làm Marketing Quấy rối hiểu rõ rằng nếu họ cứ tiếp tục, tiếp tục căng thông điệp của họ ra trước mắt chúng ta với một tần xuất cao - một lúc nào đó chúng ta sẽ nhìn thấy sản phẩm của họ trên kệ hàng và sẽ mua cho dù chỉ là vô thức. Với Marketing Đồng tình thì điều ngược lại mới là đúng và đáng trân trọng.

Chúng ta cần phải tìm ra cho được một lý do để người tiêu dùng sẵn sàng quan tâm tới. Chúng ta phải cung ứng được một tiện ích rõ ràng mang tính thông tin, giáo dục, giải trí hay ngay cả vật chất để người tiêu dùng chú ý đến thông điệp marketing của mình.

Trong thời buổi truyền thông hỗn độn như ngày nay, người tiêu dùng lại càng vị kỷ hơn bao giờ hết - đặc biệt là với thời gian và sự quan tâm của họ. Nếu không có được một lý do đáng giá thực sự, chúng ta sẽ không thể nhận lấy được chút gì từ nguồn tài nguyên trân quý này của người tiêu dùng.

Việc không nghĩ đến tính vị kỷ này có thể là một cái bẫy bình thường nhưng lại dễ sập nhất mà những người làm Marketing Quấy rối thường mắc phải. Họ tạo thành những quảng cáo hấp dẫn nhưng... chỉ hấp dẫn với họ, đồng nghiệp của họ hay gia đình và những người thân quen của họ chứ không phải đối với đối tượng tiềm năng của họ. Đương nhiên, nếu cứ quấy rối với một tần xuất đủ thì dù cho đó có là một quảng cáo tệ hại đi nữa, nó cũng đạt được một kết quả nào đó.

Mỗi một hoạt động tương tác của người làm Marketing Đồng tình đều nhắm đến tính vị kỷ nói chung của con người. "Đối tượng sẽ nhận được những gì?" là câu hỏi luôn được thể hiện trong mọi bước của quá trình Marketing Đồng tình.

Đây chính là lý do khiến cho mọi hoạt động khuyến mãi đều đạt được một hiệu quả nhất định nào đó trong các chiến dịch marketing. Như chúng ta đã từng được thấy hiệu lực của các chương trình khuyến mãi của bia Tiger, mỗi một lần hoạt động đều mang lại mãi lực lớn cho thương hiệu này trong thời gian khuyến mãi. Chúng ta thử nghĩ xem, nếu Tiger có thể liên tục thực hiện các chương trình khuyến mãi như đã từng thấy, điều gì sẽ xẩy ra? Đáng tiếc là họ không thể bù đắp được chi phí để có thể hoạt đông khuyến mãi liên tục như vậy. Cả các công ty bia khác cũng vậy, ngày nay chúng ta nào còn thấy các chương trình khuyến mãi như ngày nào nữa. Nếu chúng ta có được một công cụ tưởng thưởng tự động cho người tiêu dùng một khi họ quan tâm đến, ta có quyền để cho những thông điệp marketing của mình phát triển dần dà, chậm chạp nhưng càng lúc càng hiệu lực cùng với thời gian.

Không chỉ những cơ may lớn mới là những tưởng thưởng hấp dẫn. Những tưởng thưởng nhỏ bé nhưng dễ dàng đạt đượcvẫn có sức hút riêng của chúng. Vấn đề là phải cung ứng cho được những tưởng thưởng đủ hấp dẫn và dễ đạt được với số đông để lôi kéo các đối tượng mục tiêu. Thông tin, giáo dục hay giải trí đều có những hấp lực riêng của chúng đối với hầu hết các đối tượng tiềm năng. Vấn đề là chúng ta sẽ cung ứng những tưởng thưởng đó ra sao và con đường để đạt đến những tưởng thưởng đó như thế nào? Nên nhớ chung ta chỉ cần sự đồng tình giành lấy các tưởng thưởng của đối tượng tiềm năng là chính, chúng ta chỉ trao đổi để nhận lấy sự Đồng tình chứ không phải là mãi lực hay gì khác. Mọi thứ gì khác đó chỉ đến sau đó cùng với sự Đồng tình đã nhận được.

Chúng ta hãy thử xét qua quá trình Marketing Đồng tình của công ty tư vấn và giới thiệu việc làm Robert Half ở Mỹ. Họ bắt đầu quá trình Đồng tình bằng cách quảng cáo trên các báo địa phương và khu vực một số danh sách những việc làm đáng chú ý trong một số lãnh vực. Trong đó bao gồm các thông tin về vị trí công việc, trách nhiệm, yêu cầu và lương bổng. Hành động mà các đối tượng mục tiêu cần làm chỉ là gởi về cho Robert Half một bản sao hồ sơ lương bổng và vị trí công việc hiện tại của mình qua thư tín hay website của công ty này. Công ty sẽ so sánh và thông báo cho các đối tượng đã gởi hồ sơ đến một bản so sánh các mức lương đang được trả ở những nơi khác cho cùng một vị trí công việc tương tự. Hầu như mọi người lao động, ai cũng muốn biết chính xác mình đang được hưởng một mức lương ra sao - cao, trung bình hay thấp.

Là một văn phòng giới thiệu việc làm, công việc của Half là trung gian giữa nhà tuyển dụng và các ứng viên, đặc biệt trong các lãnh vực kế toán, tài chính và công nghệ thông tin. Khi một đối tượng điện thoại đến để yêu cầu một bản so sánh lương bổng miễn phí hay đăng ký thông tin vào một bảng đăng ký trên website của Half, họ đạt được sự Đồng tình để thiết lập một hệ thống thông tin hai chiều có lợi cho cả đôi bên.

Để phát triển sự Đồng tình đạt được, Half giới thiệu một hệ thống trên trang web của họ cho phép các đối tượng yêu cầu thông tin có thể dò tìm một công việc hay một vị trí thích hợp với những đặc điểm do chính mình đưa ra. Để có được thông tin về việc làm rộng hơn nữa, các đối tượng này có thể dò tìm theo ngành nghề hay khu vực địa lý nào đó tùy ý. Tất cả những gì mà những đối tượng này cần phải trao đi chỉ là những thông tin cá nhân như địa chỉ thư điện tử, nhà riêng, số điện thoại và các đặc điểm nhân thân và công việc ưa thích của mình. Từ những dữ liệu này, hệ thống dò tìm của Half sẽ đưa ra một danh sách chi tiết về những chỗ làm tùy theo những thông tin cá nhân mà đối tượng đăng nhập.

Với một địa chỉ thư điện tử, bạn sẽ nhận được những thông tin cập nhật về chỗ làm cũng như các thông tin mới mẻ về ngành nghề mà bạn ưa thích. Từ việc cung cấp thông tin về những cơ hội ngành nghề miễn phí họ đã tạo thành và nâng cấp không ngừng các cấp độ Đồng tình đã nhận được từ các đối tượng tiềm năng.

Giá trị của sự Đồng tình mà Half đã tạo thành còn tạo thành những giá trị liên quan khác nữa mà một văn phòng giới thiệu việc làm có thể có được, các băng quảng cáo về các dịch vụ mới được phát triển. Từ các liên hệ một chiều, Half củng cố và nâng cấp chúng lên thành các cuộc đối thoại hai chiều mang lợi ích đến cho cả đôi bên. Một sự Đồng tình luôn được phát triển với những sự Đồng tình khác nữa và không ngừng được củng cố cùng với thời gian.

Nói tóm lại, một người làm Marketing Đồng tình trước hết cung ứng một tiện ích rõ ràng cho những đối tượng phù hợp. Kế đó phát triển sự hợp tác đầu tiên này với những dịch vụ kế tiếp để nâng dần sự Đồng tình đã đạt được lên đến những cấp độ cao hơn. Cùng với những cấp độ được nâng cao người làm Marketing Đồng tình có thể giới thiệu tiếp những dịch vụ hay sản phẩm liên quan khác nữa cho đối tượng đồng tình của mình.

Mặt khác, một khi đã đạt được sự Đồng tình ở một cấp độ nào đó, những người làm marketing thường cho đó là điều đương nhiên. Họ bắt đầu chỉ nghĩ đến lợi ích của chính họ đến từ sự Đồng tình đã đạt được chứ không còn nghĩ đến những lợi ích cần phải trao đi cho khách hàng của họ - những người đã trao sự Đồng tình cho họ. Chính điều này sẽ làm cho một nỗ lực Marketing Đồng tình xuống cấp và trở lại với hành trình của một nỗ lực Marketing Quấy rối.

Sự Đồng tình là một quá trình chứ không chỉ một giai đoạn

Marketing Quấy rối là tất cả những gì về giai đoạn. Sự tác động là tất cả, những người thực hành tốt nhất trong lãnh vực này là những bậc thầy về các kỹ thuật tác động. Họ có thể đo lường các kỹ thuật marketing truyền thống như nhớ lại vào ngày hôm sau, điều để xác định tỷ lệ những người đã xem thấy quảng cáo và ghi nhận về nó. Với thư tín trực tiếp, những người làm marketing tính xem họ nhận được bao nhiêu đáp ứng đặt hàng một tuần sau khi gởi thư quảng cáo đi. Tất cả đều chỉ là giai đoạn.

Marketing Đồng tình khác hẳn, đó là một quá trình. Cũng bắt đầu với sự quấy rối nhưng rồi Marketing Đồng tình nhanh chóng chuyển thành một cuộc đối thoại. Cuộc đối thoại này, như chúng ta đã nói, có thể được hình dung tương tự như một cuộc hò hẹn. Nếu được thể hiện tốt, mối quan hệ sẽ đơm hoa rồi kết trái. Nếu không được thể hiện tốt, món đầu tư để quấy rối sẽ hoài phí vì không hề tạo thành mối giao tiết tương tác cần có.

Đầu tư vào quá trình và thử nghiệm các kết quả đến từ việc đầu tư này có thể thay đổi hẳn các kết quả cuối cùng một cách đầy kịch tính. Chi phí thấp của phương tiện tạo thành tần xuất (marketing trực tiếp, thư điện tử) cho phép người làm marketing toàn tâm toàn ý vào việc phát triển quá trình, họ gieo giống, xịt thuốc, tưới nước và quan sát những gì họ gieo trồng lớn dậy. Đương nhiên, chúng ta cần phải có niềm tin và lòng kiên định ở đây - Marketing Đồng tình không thể tạo thành hiệu lực nhanh chóng, Marketing Đồng tình cần đến thời gian để có thể hiển lộ sức mạnh thực sự.

Văn phòng giới thiệu việc làm Robert Half ứng dụng sự Đồng tình như một quá trình khi họ dần dà nâng các đối tượng mục tiêu lên từng nấc một trên các bậc thang cấp độ của sự Đồng tình. Half cung cấp cho các đối tượng của họ các cơ hội việc làm, những vị trí công việc tốt hơn với lương bổng cao hơn chỉ để đổi lại những thông tin chi tiết về cá nhân từng đối tượng một dưới hình thức các bản sơ yếu lý lịch, điều mà họ không hề đòi hỏi mà chỉ nhận được từ sự tự nguyện của các đối tượng. Cùng với danh sách các chỗ làm họ còn cung cấp định kỳ cho các đối tượng mục tiêu những thông tin ngành nghề khác nữa. Cuộc giao tiếp này rõ ràng là cả một quá trình.

Sự Đồng tình có thể Mất đi Bất cứ lúc nào

Với marketing truyền thống, việc có được khách hàng hay không hoàn toàn tùy thuộc vào chính khách hàng. Các công ty có thể tung quảng cáo ra bất cứ khi nào có thể và bao nhiêu lần là tùy thuộc vào túi tiền của họ. Với Marketing Đồng tình thì khác, việc có được khách hàng hay không tùy thuộc vào chính những người làm marketing và khách hàng có toàn quyền rút lại sự Đồng tình mà họ đã trao đi bất cứ lúc nào.

Việc hiểu là sự Đồng tình đã đạt được có thể mất đi bất cứ lúc nào sẽ thúc đẩy những người làm marketing buộc phải luôn thể hiện thật tốt công việc của mình. Mọi cuộc giao tiếp đều phải được cấu thành với mục tiêu, xác nhận rằng đó không phải là lần giao tiếp cuối.

Nàng Scheherazade trong truyện "Ngàn lẻ một đêm" hiểu rất rõ về kỹ thuật lưu giữ này. Để tránh khỏi cái ngày hôm sau đáng sợ mà nhiều cô gái khác đã phải lãnh nhận sau đêm tân hôn với vị vua tàn bạo, phải chết để đức vua có thể có một đêm tân hôn khác với một cô gái khác nữa. Scheherazade biết với sự hiểu biết của một người làm Marketing Đồng tình ngày nay rằng cô phải từ chối không để cái ngày hôm sau đáng sợ đó đến. Chiến lược của Scheherazade thật rõ ràng. Mỗi đêm cô đều kể một câu chuyện có tính dự kiến, cá nhân và thích hợp cho đức vua nghe và luôn kéo dài vừa đủ để có thể kết thúc câu chuyện vào tối hôm sau nữa và rồi lại tiếp tục bằng một câu chuyện khác nữa. Các truyện kể của Scheherazade quá hấp dẫn nên đức vua luôn phải để cho cô sống thêm một ngày và rồi lại một ngày nữa, ngày nữa để có thể nghe được đoạn kết của câu chuyện dang dở từ đêm hôm trước. Cuối cùng sau 1001 đêm, nhà vua đã hoàn toàn quên đi việc phải có một đêm tân hôn mới hàng đêm và nàng Scheherazade giành được người khách hàng cả đời của mình.

#

- VIII -

MỌI ĐIỀU BẠN BIẾT ĐƯỢC VỀ MARKETING TRÊN MẠNG THƯỜNG LÀ SAI LẦM

Web bị lạm dụng như một phương tiện truyền thông mở rộng như thế nào.

Đọc qua một lượt các cuốn sách viết về đề tài marketing trên mạng sẽ khiến cho những người mới tập tễnh bước vào lãnh vực này có một ấn tượng sai lầm rằng hoàn toàn có thể marketing hiệu quả một công ty hay sản phẩm qua mạng tương tự như những phương tiện truyền thông truyền thống khác. Các tác giả của những cuốn sách này tin rằng một khi họ có thể tung các quảng cáo của họ lên Internet, quấy rối được người lên mạng là những người này sẽ bị tác động và một thương hiệu sẽ hình thành kèm theo cả mãi lực cũng sẽ đến tiếp theo đó.

Không nên chỉ trích những gì đã xảy ra, nhưng cần phải nói đến - bởi điều này có thể củng cố một niềm tin sai lầm của hầu hết các cựu chiến binh marketing. Việc đả kích quan điểm này về Internet là quan trọng - bởi sẽ ngăn chặn việc những người làm marketing đổ hàng đống tiền vào các nỗ lực marketing trên mạng, và rồi việc mất đi hàng đống tiền này sẽ dẫn đến những ý nghĩ tiêu cực và bi quan về sức mạnh của Internet như một công cụ marketing. Quan trọng hơn, ngăn ngừa không làm cho Internet trở thành một môi trường marketing hỗn độn!

Ý tưởng cho là Internet cũng là một phương tiện truyền thông tương tự như truyền hình hỗ trợ cho cách suy nghĩ truyền thống về marketing, nhưng trên thực tế, Internet và truyền hình hoạt động hoàn toàn khác nhau.

Internet hoàn toàn không phải là một thế giới truyền thông đa kênh như mọi người vẫn thích nghĩ như vậy về nó, một thế giới rồi sẽ nhanh chóng bị tràn ngập với các chương trình giải trí, thông tin đủ loại. Dường như mỗi khi có một phương tiện truyền thông mới nào đó xuất hiện, hầu như mọi người đều ao ước là nó rồi sẽ thay đổi bộ mặt của thế giới theo như cách mà truyền hình đã từng thay đổi.

Có một lý do có vẻ mơ hồ nhưng có lẽ đó là một trong những lý do xác đáng nhất khiến mọi người thích suy nghĩ như trên là, hầu như mọi người ai cũng muốn trình diễn cho người khác xem một điều gì đó của riêng mình đặc biệt là khi việc trình diễn này có thể đem lại tiền và có thể là hàng đống tiền.

Một đài truyền hình riêng của mình là mơ ước không phải của ít người, ai cũng có thể nhìn thấy món lợi nhuận khổng lồ có thể có được từ việc có được một đài truyền hình riêng của mình. Có thể trình diễn cho mọi người xem những gì mà mình yêu thích và rồi thu những món tiền quảng cáo lớn từ việc làm yêu thích đó. Để thành lập được một đài truyền hình không nằm trong tầm với của vô số người nhưng mở ra một trang web thì hầu như lại nằm trong khả năng của vô số người. Ý tưởng này bắt đầu lan rộng nhanh chóng, và những người làm marketing cũng vào cuộc chơi với ý nghĩ là chỉ có họ - những người chuyên nghiệp là có thể thành công nhanh chóng và vượt trội hơn những người tài tử khác với phương tiện truyền thông mới mẻ và chi phí thấp này.

Còn gì tuyệt vời hơn khi có thể quảng cáo quấy rối hàng triệu triệu người, 24 trên 24, với bao nhiêu quảng cáo tùy thích và với một chi phí nhỏ bé hơn nhiều so với 30 giây quảng cáo truyền hình hay một trang tạp chí.

Thực tế hoàn toàn không như họ suy nghĩ. Ở Việt Nam hiện nay có khoảng mười đài truyền hình cấp quốc gia và vài chục đài địa phương khác cùng vài chục các đài quốc tế được phát sóng rộng trên phạm vi cả nước qua một số đài truyền hình cáp đang phát triển mạnh. Tất cả cùng chia nhau một tổng số người xem khoảng 80 triệu người, có nghĩa là trung bình khoảng vài trăm ngàn người xem cho các đài địa phương và hàng chục triệu người xem cho các đài lớn. Nhưng con số các trang web không chỉ giới hạn trong con số vài chục như vậy mà là hàng triệu! Điều này có ý nghĩa gì? Có nghĩa là dù chúng ta có thể hiện tốt đến đâu thì website mới phát triển của chúng ta cũng chỉ có thể nhắm đến một phần chia trung bình là vài chục người xem hàng ngày!

Cho dù có là Coca-Cola hay Microsoft đi nữa thì cũng không mong gì nhanh chóng có được đến con số hàng triệu người sẽ ghé thăm trang web! Và với những con số như vài chục, vài trăm hay vài ngàn, Internet không bao giờ có được khả năng thể hiện sức mạnh truyền thông như mọi người ao ước và mong đợi. Để có được con số năm, mười hay vài chục ngàn người ghé thăm, trang web của chúng ta phải có ít nhất một tiện ích nào đó thực sự hấp dẫn và có sức thu hút mạnh. Tiện ích nào đó phải rõ ràng và thực sự đem lại lợi ích cho người ghé thăm chứ không phải chúng ta, chủ trang web. Đây chính là chỗ mà sự Đồng tình sẽ bắt đầu và được nâng cấp cùng với thời gian.

Chính vì vậy, chúng ta - những người làm marketing - phải bắt đầu với những câu hỏi sau, một khi đối mặt với Web.

Chúng ta nỗ lực để hoàn thành điều gì?

Điều đó có thể đo lường?

Chi phí để có được một người ghé thăm trang web của chúng ta, một lần, là bao nhiêu?

Phải chi bao nhiêu để người này lại ghé thăm?

Nếu hiệu quả, chúng ta có thể đo lường được không?

Những ngộ nhận thông thường nhất về Marketing trên Internet

Những ai chưa từng thực sự làm chủ một trang web hay thực hiện các nỗ lực trên Internet và ngay cả những người đã từng thực hiện marketing trên mạng đã nhiều năm cũng thường có những ngộ nhận như nhau. Tất cả đều đã mơ tưởng Internet sẽ đem lại cho họ những khả năng như:

1- Nếu hài lòng người ta sẽ trở lại

Trang web không phải là một đài truyền hình, một chương trình giải trí. Chúng ta không mong gì lôi kéo được người ta trở lại nữa và nữa chỉ với một vài bốc nổ được lặp đi lặp lại. Đương nhiên là ngoại trừ những ai đang muốn tìm hiểu về chúng ta hay về những gì chúng ta đang giới thiệu, nhưng con số này là bao nhiêu? Làm sao ta có thể cung ứng được những gì bốc nổ đó hàng ngày với liều lượng mỗi ngày một hấp dẫn mới?

2- Có thể bán được hàng trên mạng nếu đầu tư đủ vào một trang web

Thương mãi không phụ thuộc vào công nghệ. Thương mãi phụ thuộc vào việc bán hàng. Chúng ta hoàn toàn có khả năng hình thành một cửa hàng trên mạng vượt trội với chi phí dịch vụ thấp hay miễn phí. Nhưng nếu chỉ chú tâm vào cấu trúc mà bỏ qua marketing, ta sẽ có một cửa hàng trên mạng tuyệt vời với mãi lực có thể là bằng không. Chúng ta cần nhiều thứ hơn chỉ một khẩu súng và đạn để là một nhà thiện xạ. Việc chú tâm vào các trang web được trang bị hoàn chỉnh với những phần mềm vượt trội chỉ là một cách né tránh sự thiếu hiểu biết về chuyên môn. Thách thức thực sự của việc bán hàng trên mạng chính là ở việc bán hàng, có nghĩa là ở marketing chứ không phải ở công nghệ.

3- Các trang công cụ tìm kiếm là con đường chính để dẫn tới trang web của bạn

Mọi từ khóa để dò tìm trong các trang công cụ tìm kiếm như Yahoo! hay Google đều dẫn người ta đến với hàng ngàn (thậm chí là hàng chục ngàn) các trang web. Hầu hết mọi người lên mạng đều bắt đầu từ các trang công cụ tìm kiếm, nhưng bất hạnh thay, trang web của chúng ta chỉ là một hạt cát trong một bãi biển mênh mông.

4- Các trang web cũng tương tự như một chương trình truyền hình

Không, chúng là những gì đó tệ hại hơn nhiều so với các chương trình truyền hình. Những người muốn lên mạng với ý nghĩ đây là một cách giai trí khác hơn truyền hình sẽ nhanh chóng quay lại với truyền hình. Bill Gate đã đầu tư hơn nửa tỷ USD để lập trình cho web có thể hoạt động với các lối vào riêng và đã thất bại. Càng muốn làm cho web giống với truyền hình bao nhiêu, càng thất bại nặng nề hơn bấy nhiêu.

Cứ cho là một ngày nào đó, chúng ta rồi sẽ mở hay thoát mạng Internet hư là truyền hình vậy và khi đó có vẻ như truyền hình và web sẽ là tương tự như nhau, nhưng với hàng triệu triệu kênh khác nhau vấn đề sẽ còn tệ hại hơn hiện tại nhiều. Sự tràn ngập sẽ làm cho môi trường Internet hỗn độn hơn, các vấn nạn marketing và quảng cáo sẽ còn tệ hơn nữa.

5- Nếu không thử nghiệm lúc này sẽ thua cuộc sau này

Nếu không thử nghiệm "tốt" ngay lúc này, sẽ thua cuộc trong tương lai. Thử nghiệm tệ sẽ mang đến các kết quả tệ và chắc chắn mọi cuộc thử nghiệm đều phải có chi phí của chúng. Đáng nói là, việc cùng nhau lao vào này sẽ tạo thành một thế hệ những nhà lập trình muốn thực hiện việc kinh doanh trên mạng một cách hoàn toàn xa rời thực tế.

6- Nặc danh là một trạng thái tốt khi hoạt động trên mạng

Mạng là một phương tiện nặc danh trên căn bản, nhưng nó đã không khởi đầu theo cách đó. Với những tài khoản nặc danh được nhiều công ty hoạt động trên mạng chấp nhận, bạn có thể là bất kỳ một ai trên mạng.

Hãy thử tưởng tượng, một đối tượng tiềm năng bước vào một cửa hàng với một khăn che mặt. Một người bịt mặt khó lòng có thể là một người đáng tin và cũng rõ ràng là họ hiếm khi muốn mua một cái gì đó dưới chiếc khăn bịt mặt. Không có tên tuổi rõ ràng cũng tương tự như những thứ thư rác mà chúng ta vẫn phải loại đi hàng ngày, những người chỉ đến thoáng qua, những người không chịu tác động của marketing và những người có thái độ không tốt. Những người làm marketing lớn muốn có những khách hàng với tên tuổi rõ ràng.

Marketing Đồng tình tưởng thưởng cho những ai có tên tuổi rõ ràng. Marketing truyền thống nhắm đến một đại chúng không tên, không tuổi và sẽ thất bại vì cách nhìn ngắn hạn này.

7- Có thể đạt lợi nhuận với những băng quảng cáo

Không thể có lợi nhuận được bởi trên mạng, cung luôn lớn hơn cầu. Các băng quảng cáo trên mạng được hình thành bởi sự thuận tiện của các trang dò tìm chứ không bởi chúng hiệu quả. Với sự phát triển của vô số những trang web, hiệu quả của các băng quảng cáo trên mạng càng lúc càng mất đi tính hiệu quả của chúng.

#

- IX -

MARKETING ĐỒNG TÌNH TRONG PHẠM VI INTERNET

Miễn phí - Web đang thay đổi mọi thứ.

Ngoại trừ khi ta đã sống ẩn dật cả chục năm qua trên một đỉnh núi hoang sơ, nếu không chúng ta đã nghe và cũng đã tin là Internet rồi sẽ thay đổi mãi mãi mọi thứ đang diễn ra trên trái đất này. Quả thật là Internet đã và đang thay đổi rất nhiều thứ!

Jeff Bezos trở thành tỷ phú USD nhờ vào trang web Amazon.com. Đó chỉ là một nhà sách ảo trên mạng cho dù hiện nay đã đạt đến tầm mức là một nhà sách nổi tiếng nhất thế giới.

Mark Zuckerberg, từ tay trắng đã trở thành tỷ phú sau 3 năm rưỡi thành lập facebook.com và tạo thành một công ty trị giá 15 tỷ USD khi mới 24 tuổi.

Yahoo! đã tạo thành một thị trường rộng lớn nhanh chóng hơn bất cứ một tập đoàn truyền thông nào khác.

Quả thật đang có một thứ gì đó vĩ đại diễn ra với Internet, nhưng đó không phải là một phương tiện truyền thông mới như các chuyên gia đã từng nhận định. *Internet là một phương tiện marketing vĩ đại nhất từng được tạo thành.*

Một phương tiện marketing chứ không phải một phương tiện truyền thông nào đó như truyền hình.

Dưới đây là năm tiện ích lớn nhất từng có mà Internet đem lại cho những người làm Marketing Trực tiếp:

Miễn phí

Tốc độ thử nghiệm nhanh hơn nhiều lần

Tỷ lệ đáp ứng cao hơn nhiều lần

Tần xuất không tốn phí

In ấn không tốn phí

Hãy xét qua Web dưới lăng kính của Marketing Đồng tình để hiểu được tại sao phương tiện mới này lại hiệu quả cùng với sự Đồng tình.

Dưới đây là năm bước khởi động đơn giản đầu tiên cho bất cứ một chiến dịch Marketing Đồng tình nào trên môi trường Internet.

1- Người làm marketing cung cấp cho đối tượng tiềm năng một yếu tố khuyến khích để tự nguyện

Trên Internet, người làm marketing có thể dùng các băng quảng cáo để quấy rối các đối tượng tiềm năng một cách lịch sự và hứa hẹn một tiện ích hấp dẫn và là một cơ hội để hòa nhập với chương trình marketing. Đó là chi phí truyền thông duy nhất của toàn bộ chiến dịch marketing.

Những người làm Marketing Đồng tình sử dụng các băng quảng cáo trên mạng, phải - nhưng họ hầu như là những người duy nhất biết sử dụng các băng quảng cáo này một cách hiệu quả đúng như là chúng có thể bằng cách cung cấp một tiện ích miễn phí và dễ dàng đạt được. Băng quảng cáo trên mạng là một phương tiện hiệu quả để gây chú ý nhất thời và có thể được chấp nhận bởi một số lượng cá nhân rộng lớn. Đặc biệt hơn hết, chi phí không đáng bao nhiêu.

2- Với sự đồng tình đầu tiên đạt được từ các đối tượng tiềm năng, người làm marketing cung cấp tiếp cho các đối tượng một hứa hẹn để tìm hiểu sâu hơn về sản phẩm hay dịch vụ được giới thiệu và nhận thêm những tiện ích hấp dẫn khác..

Một khi người tiêu dùng đã đồng lòng quan tâm và hòa nhập, người làm marketing dùng thư điện tử để nhắc nhở các đối tượng tiềm năng này quay lại với trang web.

Một trong những lý do khiến nhiều người dùng Internet là để sử dụng thư điện tử và chính vì vậy mà các thông điệp được chấp nhận đến với các hộp thư này đạt được sự quan tâm nhất định. Điểm quan trọng là thư hướng dẫn này phải thể hiện tính cá nhân với từng đối tượng tiềm năng một. Nếu làm không tốt việc này, khả năng bị đánh dấu là thư rác vẫn còn đó.

3- Sự khuyến khích (tiện ích miễn phí) luôn được củng cố để bảo đảm các đối tượng tiềm năng đồng tình hơn nữa.

Bởi cấu trúc giao tiếp miễn phí của Internet cho phép người làm marketing tiến hành cuộc đối thoại hai chiều để tái xác nhận mối giao tiếp một khi người tiêu dùng đã tỏ ý quan tâm. Bằng cách khuyến khích sự đáp ứng, việc xác định những ai chấp nhận hợp tác với chiến dịch là dễ dàng và còn dễ hơn nữa để nâng cấp các tưởng thưởng để bảo dưỡng sự đồng tình đã đạt được.

4- Cung cấp những khuyến khích cộng thêm để đạt được sự Đồng tình hơn nữa từ các đối tượng tiềm năng.

Người làm marketing cần phải cung cấp cả các tưởng thưởng trực tiếp để củng cố sự hợp tác của đối tượng tiềm năng lẫn các tưởng thưởng tinh thần để khuyến khích và nâng cấp sự Đồng tình của họ.

5- Với thời gian, người làm marketing sẽ thúc đẩy sự Đồng tình để thay đổi thái độ của đối tượng tiềm năng và chuyển sự Đồng tình thành lợi nhuận.

Một danh sách lớn những người Đồng tình có đáng giá như một danh sách khách hàng không? Còn hơn nữa.

Khách hàng còn có thể mất nhưng những người Đồng tình thì trung thành một khi các cấp độ Đồng tình luôn được củng cố. Và với sự Đồng tình đã đạt được từ những đối tượng tiềm năng này, người làm marketing có được một phương tiện tương tác đáng tin để củng cố các cấp độ Đồng tình.

Cách tiếp cận Đồng tình đem đến tần xuất cao cho một chiến dịch marketing. Và yếu tố tần xuất này chính là một giá trị đặc biệt của Marketing Đồng tình.

Hãy thử tưởng tượng, nếu bia Tiger có được một danh sách với hàng triệu địa chỉ thư điện tử của những khách hàng của họ. Họ sẽ mail đến một triệu người này để thông báo một chương trình khuyến mãi đặc biệt chỉ dành riêng cho những người này tại các nhà hàng họ thường lui tới với giải thưởng lớn là một chiếc xe trị giá hai tỷ đồng. Điều gì sẽ xảy ra? Chắc chắn không thể có đủ được cả một triệu người này có mặt tham dự nhưng vài trăm ngàn người là hoàn toàn có thể. Và cũng đương nhiên là số người này cũng không đến chỉ một mình và cách làm này cũng hấp dẫn đối với cả những thực khách khác không được tham dự chương trình. Với dự kiến trước và không phải chi phí quảng cáo, không quảng cáo truyền hình, báo, tạp chí gì cả, Tiger hoàn toàn có khả năng lặp lại nỗ lực khuyến mãi này nhiều lần trong một năm với nhiều triệu khách hàng mục tiêu minh bạch rõ ràng. Bạn hoàn toàn có thể tưởng tượng được sự thành công và tiếng vang đạt được với các nỗ lực khuyến mãi Đồng tình kiểu này. Lợi nhuận là rõ ràng.

Hơn nữa, nếu Tiger thu thập, lưu trữ và phân loại tốt các dữ kiện từ những khách hàng này, họ có thể có được những thư điện tử mang tính cá nhân hơn với đề nghị cung cấp thêm một món ăn miễn phí, hợp khẩu vị của những người này thì việc được đáp ứng sẽ có tỷ lệ là bao nhiêu? Lợi ích của Marketing Đồng tình với những khách hàng có định hướng rõ ràng là thuận lợi và khả năng thành công cao đến không ngờ.

Tuyệt hơn nữa là, nếu mối quan hệ Đồng tình này luôn được củng cố cùng với thời gian, đó sẽ là một giá trị lợi ích không bao giờ tàn úa.

Dù sao cũng nên ghi nhớ, để đạt được sự đồng tình hòa nhập vào quá trình marketing không phải là không tốn phí. Chúng ta cần phải bắt đầu bằng Marketing Quấy rối một cách khôn khéo để đạt được sự quan tâm và rồi dần chuyển sang thành những mối quan hệ tương tác của Marketing Đồng tình. Đương nhiên, để quấy rối và được quan tâm từ một đại chúng lớn là không rẻ chút nào.

Nên nhớ, cái bước đầu tiên để có được sự Đồng tình hòa nhập này hàm chứa rủi ro và đắt đỏ. Bởi vậy, nhiều người làm marketing sẽ nghĩ đến việc mượn hay mua một danh sách địa chỉ thư điện tử. Trong bất cứ trường hợp nào thì đây cũng là một ý tưởng tệ hại. Và tệ hại nhất là thư điện tử mà chúng ta gởi đi theo một danh sách địa chỉ không thật là của mình đều bị xem như rác, điều sẽ chôn vùi danh tiếng cũng như nỗ lực kinh doanh của chúng ta còn nhanh hơn bão.

Thư rác đáng ghét như những kẻ cắp vặt thời gian

Chỉ với một số tiền nhỏ chúng ta hoàn toàn có thể mua được một danh sách với hàng chục, thậm chí hàng trăm ngàn địa chỉ Email. Với thư điện tử, ta có thể gởi đi để giới thiệu bất kỳ sản phẩm gì. Nhưng những người làm marketing cẩn trọng không bao giờ gởi đi những Email như thế cho những người xa lạ, và tất cả các công ty nào đã thử dùng đến phương cách này đều đã nhận lãnh lấy thất bại.

Mặc dù người nhận chỉ tốn mất có vài giây để mở ra xem và rồi xóa đi nhưng họ cũng đã phí hoài mất mấy giây quý giá đó, bởi vậy thư rác cũng giống như những kẻ cắp vặt và tên của công ty của chúng ta nếu có được nhận thức thì cũng chỉ là một nhận thức không tốt, nhận thức về một kẻ cắp vặt thời gian! Một vài người ăn cắp vặt đương nhiên không làm cho ai phá sản được nhưng… nếu phải đối mặt với hàng ngàn tên cắp vặt thì sao?

Những người làm marketing sẵn sàng dùng phương cách tiếp cận này đều không hình dung ra được hậu quả. Thường những kẻ cắp vặt hiếm khi bị bắt quả tang, nhưng những người này có tên tuổi rõ ràng và cái tên đó sẽ bị nhận biết và có được danh tiếng của một thứ gì đó tệ hại... một kẻ cắp vặt thời gian.

Người tiêu dùng sẽ phản ứng. Họ có thể tẩy chay sản phẩm hay tên tuổi của chúng ta, đánh dấu spam hay lan truyền những lời không tốt về chúng ta. Khi địa chỉ mail của ta bị một vài người đánh dấu spam có thể chưa tác hại gì nhưng khi đã có đến vài chục hay cả trăm... chắc chắn, tự động các website cung cấp trang email sẽ ghi nhận địa chỉ của ta là spam và hàng triệu email chúng ta gởi đi sẽ chui vào hàng triệu hộp thư spam! Sự tổn hại có thể xảy ra cho công ty, thương hiệu, sản phẩm hay bất cứ gì của chúng ta là không thể đong đếm. Nên nhớ, một danh sách địa chỉ không thuộc về mình chỉ tạo thành sự hồ nghi và dè chừng. Và khi quay lại với việc quấy rối, tên tuổi của chúng ta hầu như đã bị loại trừ và không thể hay cực khó để lôi kéo được sự quan tâm.

Quy luật của Marketing Đồng tình ở đây cũng đơn giản: Để tối đa hóa giá trị của một danh sách, chúng ta phải tối đa hóa sự đặc biệt, tối đa hóa tính dự kiến và tối đa hóa tính công khai trước đã.

Đối tượng càng đặc biệt, các thông điệp càng được dự kiến và sự chấp nhận (đồng tình) càng công khai thì danh sách địa chỉ Email của chúng ta mới thực giá trị.

Lập Ngân sách Đồng tình cho trang Web

Mỗi một trang web thương mãi nên được thiết lập chỉ để hoàn thanh một mục tiêu. Trang web nên tập trung 100% nỗ lực vào việc khuyến khích những người xa lạ chấp thuận trao sự Đồng tình để chúng ta marketing cho họ.

Tất cả chỉ là như thế. Trang web không cần phải lớn, phức tạp hay đắt tiền. Thay vì những gì hào nhoáng và bề ngoài đó, mục tiêu chính chỉ là gặt hái lấy sự Đồng tình.

Một khi nhận định về trang web dưới định hướng này, mọi thứ sẽ đâu vào đó. Ví dụ, chúng ta có thể dễ dàng đo lường chính xác là phải chi phí bao nhiêu để đạt được một sự Đồng tình. Công thức để đo lường sẽ như sau:

$$\frac{\text{Chi phí đạt đến 1.000 người}}{\text{Số người ghé vào website}}$$

Đó là chi phí để đạt được một người ghé thăm trang web. Nhân con số này với phần trăm những người chấp nhận đồng tình trao đi thông tin cá nhân. (nên nhớ, thông tin càng rõ ràng, sự đồng tình càng giá trị. Dụ dẫn người ta để có được địa chỉ Email của họ chỉ là phí thời gian vô ích).

Lúc này ta đã có được chi phí để đạt được một sự Đồng tình. Bây giờ ta cần phải so sánh chi phí đó với giá trị cả đời của từng sự Đồng tình đạt được đó, và chúng ta có thể xác định được sự đầu tư của mình có đáng giá hay không.

Ví dụ chúng ta phải chi cho băng quảng cáo là 600.000 và đạt được tỷ lệ 2% / 1.000 người nhấp chuột vào băng quảng cáo và 30% số người đã nhấp chuột vào này chấp nhận đăng lý tên tuổi và địa chỉ của họ vào website, chúng ta sẽ có kết quả như sau:

600.000 / 20 = 30.000

30.000 x (30 x 20 /100) = 100.000

Có nghĩa là ta phải chi phí 100.000 đồng để đạt được một sự Đồng tình. Và với thời gian một nửa số người chấp nhận đồng tình này trở thành khách hàng của chúng ta, có nghĩa là phải chi phí 200.000 để đạt được một khách hàng. Nếu giá trị mãi lực cả đời của một khách hàng đó là 5.000.000 / người, chúng ta đang đi đúng hướng.

Bốn bước để mở một website trên căn bản Đồng tình

Để có được một website ứng dụng Marketing Đồng tình, chúng ta nên thực hành tuần tự theo bốn bước sau:

Thử nghiệm và hoàn thiện các tiện ích cung ứng

Để cấu thành một chiến dịch marketing đạt lấy sự Đồng tình Hòa nhập, ta cần phải xác định và lượng định chi phí truyền thông ngay từ đầu. Chúng ta phải trả tiền cho sự quan tâm ngay lúc khởi đầu này và chỉ thu lại sau đó.

Bởi chúng ta không yêu cầu một ai phải mua một thứ gì, chúng ta có thể hy vọng vào một tỷ lệ đáp ứng cao hơn so với tỷ lệ đáp ứng đối với một chiến dịch thư tín trực tiếp theo truyền thống. Sự Đồng tình Hòa nhập sẽ khả quan hơn nếu nguồn truyền thông, băng quảng cáo và toàn bộ quá trình đã được thử nghiệm và định hướng đúng.

Nếu chúng ta đã và đang dùng một nguồn truyền thông khác, có thể áp dụng với một hình thức yêu cầu người tiêu dùng chấp nhận như kèm thêm một câu "để có thêm thông tin, liên hệ với chúng tôi qua địa chỉ..."

Trước đây rất ít người làm marketing nghĩ đến việc thông báo rộng rãi một số điện thoại miễn phí thì nay cũng vậy, chúng ta có thể dùng một địa chỉ Email hiệu quả và tốt hơn một số điện thoại miễn phí. Một địa chỉ thư điện tử có thể đem lại cho ta sự Đồng tình với một chi phí gần như bằng không.

Sự Đồng tình cần phải công khai và rõ ràng

Dụ dẫn đối tượng tiềm năng để có được địa chỉ thư điện tử của họ sẽ không đem lại chút lợi ích nào mà chỉ làm chúng ta tổn hại mà thôi. Ý tưởng đúng là để đạt được một cuộc đối thoại hai chiều đôi bên cùng có lợi, càng nói để cho đối tượng dự kiến nhiều bao nhiêu chúng ta càng tạo thành sự dự kiến lớn hơn. Dự kiến là cần thiết để nâng cấp tính Đồng tình.

Hình thức hấp dẫn tuy cần thiết nhưng không phải là câu trả lời chính cho việc đạt được sự Đồng tình. Mục tiêu của chiến dịch hay các hoạt động cổ động phải thích hợp với sự Đồng tình mà chúng ta yêu cầu. Như Amazon.com, họ chỉ dùng Email để nhắc nhở khách hàng mua thêm những cuốn sách yêu thích mới, đó chính là mục đích của khách hàng khi đăng nhập vào trang web này. Khách hàng dự kiến và thích thú với những thư điện tử này của họ.

Sự Đồng tình là của khách hàng trao cho, chúng ta không thể tự động nâng cấp sự Đồng tình lên. Cũng không thể cho mướn, thuê hay bán hoặc mua được sự Đồng tình - chúng ta sẽ chỉ nhận lãnh lấy phần thất bại khi thực hiện những hành động này.

Việc trao đi những thông tin cá nhân là tất yếu trong việc giao dịch hai chiều trên mạng. Chúng ta phải có biện pháp để gìn giữ những thông tin riêng tư và bảo đảm sự an toàn cho khách hàng. Chúng ta nên công khai những biện pháp này để đối tượng tiềm năng có thể an tâm giao dịch.

Nên ghi nhớ, chính việc e ngại về các thông tin cá nhân bị tiết lộ là một trong những cản trở lớn của thương mại điện tử. Đưa ra một lời hứa, một bảo đảm về bảo mật đối với những thông tin cá nhân chính là một lợi thế của Marketing Đồng tình.

Trong Marketing Một đối Một, Don Peppers và Martha Rogers đề cao sự riêng tư thật rõ ràng. Về căn bản, một người làm Marketing Một đối Một không chỉ tăng trưởng mãi lực và lợi nhuận của mình với việc bảo mật sự riêng tư mà còn phải cuồng tín với việc bảo mật này nữa. Bằng cách bảo mật sự riêng tư của khách hàng, người làm marketing cũng tăng cao giá trị thâu nhận được của họ.

Dùng máy tính chứ không phải con người để gởi và nhận thông tin.

Nếu chúng ta có được một căn bản với khoảng trên dưới 1.000 người đồng tình và khoảng 1% số người này giao dịch với ta hàng ngày trên căn bản con người với con người, chúng ta cần phải có ít nhất một người để thực hiện việc giao dịch với 10 khách hàng này. Và nếu con số đối tượng là 100, sẽ phải cần đến mười người phụ trách dịch vụ khách hàng. Và nếu là hàng ngàn người, phải cần đến bao nhiêu nhân viên giao dịch?

Nên xây dựng ngay từ đầu, nếu có thể, một hệ thống tiếp nhận và trao đổi thông tin tự động bằng máy tính để giảm thiểu và tinh giản đến mức tối đa bộ máy nhân sự. Đương nhiên vẫn phải có bộ phận dịch vụ khách hàng bằng con người để giao dịch một đối một với khách hàng trong những trường hợp buộc phải cần đến yếu tố con người bằng xương bằng thịt.

Tập trung vào hoàn thiện - Khách hàng trên mạng cần có được cảm nhận là mình khôn ngoan

Các đối tượng tiềm năng trên mạng thường là những đối tượng có trình độ trên trung bình. Đây là nhóm người thích được đánh giá đúng về mình, thích hình dung ra sự việc hoạt động ra sao và luôn muốn mọi việc được hoàn thành nhanh hơn nữa.

Với một hệ thống hoàn thiện, hoạt động đơn giản và hiệu quả chúng ta sẽ gây được ấn tượng với nhóm người này. Họ cần cảm nhận được là mình khôn ngoan khi giao dịch với chúng ta, họ sẽ đến và rồi ở lại với chúng ta. Và điều ngược lại cũng là đương nhiên, nếu trang web hoạt động chập chờn, phức tạp và không hiệu quả - các đối tượng sẽ cảm nhận là họ dường như mù mờ và sẽ rời bỏ.

Lý do khiến cho thư điện tử được ưa thích và sử dụng rộng rãi chính là tính đơn giản và hiệu quả đúng như những gì người ta dự kiến về nó. Chiến dịch Marketing Đồng tình của chúng ta cũng nên hoạt động một cách tương tự.

#

- X -

TRƯỜNG HỢP HỌC TẬP NGOÀI MẠNG VÀ TRÊN MẠNG

Một số công ty đã thực hiện đúng
và một số đã sai lầm.

Chúng ta sẽ cùng xét qua một số ví dụ về các trường hợp thực hiện marketing truyền thống với ý thức đồng tình mà chúng ta đang bàn đến cũng như một số trường hợp đã thể hiện sai vì không nhận thức đúng về tính đồng tình.

Ngoài Internet

Đồng tình dùng thử sản phẩm mẫu dẫn đến mãi lực cao

Năm 1995, ở Việt Nam, sau một thời gian thâm nhập vào thị trường qua việc liên doanh với Cty Xà bông Việt Nam và đạt được những thành công với các thương hiệu nổi tiếng thế giới của mình như bột giặt Tide, xà bông Camay, v.v... Cty hóa phẩm khổng lồ P&G của Mỹ quyết định đưa một thương hiệu bột giặt mới nữa của họ vào thị trường Việt Nam. Ariel là một loại bột giặt đậm đặc đầu tiên của thế giới, thương hiệu bột giặt mới này của P&G đã thành công trên các thị trường Mỹ, châu Âu và nhiều quốc gia khác. Đây là một đòn chiến thuật bao gồm hai mục tiêu cùng lúc, giới thiệu thương hiệu với thị trường Việt Nam và hai là một nỗ lực mang tính chiến lược hơn - đi trước một bước nhằm xây dựng nhận thức thương hiệu và chiếm lĩnh thị trường giặt tẩy Việt Nam.

Lúc đó người khổng lồ của châu Âu, công ty hóa phẩm Unilever cũng vừa mới đặt chân vào thị trường Việt Nam qua việc liên doanh với Công ty xà bông và bột giặt Viso. Việc đi trước một bước so với đối thủ cạnh tranh số 1 của họ trên toàn thế giới này mới là mục tiêu chính của P&G. Hoàn toàn tự tin với loại bột giặt kỹ thuật cao đã nổi tiếng và thành công của mình, P&G đ tung ra mọt chiến dịch quảng cáo cổ động lớn trên bình diện cả nước, một chiến dịch khổng lồ chưa từng bao giờ được phát động ở Việt Nam. Ngoài việc quảng cáo trên các phương tiện truyền thông họ còn thực hiện một chiến dịch cổ động, phân phát miễn phí rộng rãi bột giặt Ariel mẫu đến tận từng nhà dân một. Mỗi nhà một gói Ariel nhỏ, 8 gram, cũng là một thương phẩm, với tên gọi quảng cáo là "Ariel tí hon". E ngại mất mát và cũng để quản lý và kiểm tra dễ dàng, P&G yêu cầu các nhân viên đi phát mẫu của họ ghi lại tên, địa chỉ và ký nhận của những gia đình nhận hàng mẫu. Tuy là hàng khuyến mãi miễn phí và có một tên gọi ấn tượng nhưng dù sao đó cũng chỉ là một gói bột giặt nhỏ xíu, vì vậy việc phải trả lời và ký tên đã làm cho nhiều gia đình người tiêu dùng Việt Nam khó chịu và không hài lòng với việc làm này của P&G. Tự thị với sức mạnh và sự giàu có của mình, P&G đã gây ra sự bất đồng tình không nên có trong lòng không ít người tiêu dùng Việt Nam.

Cùng lúc đó, người khổng lồ của Châu Âu, Unilever cũng sửa soạn tung vào thị trường Việt Nam nhãn hiệu bột giặt "OMO" truyền thống của họ. Chương trình kích hoạt cho thương hiệu Ariel của P&G thực sự đã làm cho ban giám đốc của LeverViso phải bàng hoàng. LeverViso cũng đã sửa soạn sẵn sàng cho một chiến dịch quảng cáo cổ động tương tự, nhiều triệu gói bột giặt OMO nhỏ, 20 gram, đã được sản xuất và tồn trữ sẵn sàng cho chiến dịch phát hàng mẫu miễn phí. Pierre de la Palm, tổng giám đốc marketing của LeverViso thực sự choáng váng vì đòn "đi trước đón đầu" này của P&G và sau cùng đã phải quyết định giao lại việc lên kế hoạch marketing cho đợt quảng cáo cổ động sắp diễn ra cho một người làm marketing Việt Nam, một người có khả năng thấu hiểu tâm lý người tiêu dùng và các biến chuyển của thị trường nội địa hơn.

Toàn bộ chương trình quảng bá cổ động này được giao lại cho ông Đoàn Sỹ Hiền, promotion manager, phụ trách. Việc buộc phải đi sau đối thủ cạnh tranh chính của mình một bước này đã làm cho mọi kế hoạch định trước buộc phải thay đổi để chắc chắn tạo thành những tác động tích cực cho thương hiệu OMO sắp được giới thiệu. Ông Đoàn Sỹ Hiền và nhóm của ông sau khi thăm dò thị trường đã phát hiện được sai lầm chết người mà vì ngạo nghễ P&G đã tạo thành. Sự bất đồng tình của người tiêu dùng Việt Nam được nhóm làm marketing do ông Hiền phụ trách lợi dụng tối đa để tạo thành nhận thức cho thương hiệu OMO.

Để việc phát hàng mẫu miễn phí của Unilever có được sức nặng về giá trị cũng như để giành lấy tính đồng tình cao hơn (*lỗ hổng nhận thức mà P&G đã tự tạo thành*) từ người tiêu dùng Việt Nam, hai gói dầu gội đầu Sunsilk nhỏ cũng được phát miễn phí cùng với một gói OMO 20 gr. Chậm chân hơn chút ít, LeverViso cũng làm như P&G, nhưng dốc toàn lực vào từng quãng thời gian ngắn một (một tuần lễ) ở từng thành phố lớn một của Việt Nam. Tại từng thành phố một, cùng lúc ở khắp nơi những chiếc áo đỏ của OMO len lỏi đến tận những hang cùng hẻm cụt để phát hàng mẫu và không yêu cầu tên tuổi hay ký nhận gì cả - không một chút phiền phức, họ chỉ yêu cầu sự Đồng tình để dùng thử sản phẩm OMO của họ cùng với hai gói Sunsilk nhỏ kèm theo như một phần thưởng cộng thêm. Dù không có mặt ở nhà, một gói OMO và hai gói dầu gội Sunsilk cũng được các nhân viên phát mẫu của Unilever bỏ vào nhà qua khe cửa hay đâu đó cho mọi hộ gia đình. Người tiêu dùng Việt Nam bị ấn tượng bởi chiến dịch rầm rộ đó, sự dễ dàng và thoải mái đã khiến hầu hết người tiêu dùng đều đồng tình dùng thử một cách tích cực. Và một thời gian ngắn, rất ngắn sau, mãi lực của OMO phát triển rộng khắp đã ép thương hiệu Ariel, đứa con cưng của hãng hóa phẩm P&G buộc lòng phải rút lui và rồi thực sự biến mất khỏi thị trường Việt Nam.

Chiến dịch phân phối hàng mẫu này của Unilever đã trở thành một chiến công có tiếng vang ở tầm mức thế giới của những người làm marketing Việt Nam với các bài báo tường thuật lại ở nhiều quốc gia khác nhau. Ông Đoàn Sỹ Hiền được giới thiệu một cách trang trọng trên Tạp chí Unilever World, qua một bài phỏng vấn đặc biệt về việc hình thành kế hoạch cho chiến dịch cổ động đã thành công vang dội này.

Đây là một ví dụ về việc ứng dụng tính Đồng tình trong một chiến dịch Marketing Quấy rối. P & G phân phát bột giặt của mình để người tiêu dùng Việt nam dùng thử nhưng lại bị hiểu lầm là để đổi lấy những thông tin cá nhân của người tiêu dùng và họ đã không đạt được sự Đồng tình trong việc trao đổi này. Unilever trao đi bột giặt của họ mà không đòi hỏi gì từ người tiêu dùng cả, và họ đã đạt được sự Đồng tình để dùng thử sản phẩm rồi từ đó đạt được những cấp độ Đồng tình cao hơn, giá trị hơn - OMO được tin tưởng vào các tính năng và chấp nhận là thương hiệu vượt trội hơn các sản phẩm cùng loại khác. Cho đến nay, OMO vẫn là thương hiệu lãnh đạo của thị trường bột giặt Việt Nam.

Đánh mất đi yếu tố Đồng tình vì sai Dự kiến

Năm 2002 ở Việt Nam, một tổng đài điện thoại di động ngoài quốc doanh đầu tiên được phép thành lập ở thành phố Hồ Chí Minh, tổng đài điện thoại di động SFone. Ra đời trong một môi trường thị trường chưa thực sự mang tính cạnh tranh, SFone vội vã nhập cuộc kinh doanh ngay sau khi vừa được cấp giấy phép hoạt động.

Họ bắt đầu với một chiến dịch quảng cáo xây dựng thương hiệu mạnh mẽ trên các phương tiện truyền thông, nhấn mạnh đến lợi thế giá cước thấp - một yếu tố bức xúc đối với người sử dụng điện thoại ở Việt nam - và đã nhanh chóng giành được sự Đồng tình từ người tiêu dùng Việt Nam. Nhưng ngay từ khi mới chiếm được chỉ một thị phần nhen nhúm, vấn đề đã nảy sinh. Tầm phủ sóng còn quá hạn hẹp và đặc biệt là không thể nhắn tin, một phương tiện mà lúc đó đã rất phổ biến đối với những người sử dụng điện thoại di động, người tiêu dùng không hề dự kiến được sự thiếu sót này. Vì quá vội vã tiếp cận thị trường, SFone đã lao vào kinh doanh trong lúc cơ sở hạ tầng còn chưa được trang bị hoàn thiện. Với những lợi thế hơn người như môi trường cạnh tranh yếu, giá rẻ, một hình ảnh tươi mới nhưng SFone đã quá vội vàng làm ảnh hưởng đến uy tín của mình bằng những điều không đáng có và đã đánh mất đi sự Đồng tình đã đạt được - một yếu tố marketing đáng giá nhưng không được nhận thức đúng đắn và rõ ràng.

Ứng dụng tính Đồng tình để giành lại Niềm tin

Cuối tháng tám 2004, tin đồn lan ra ở thành phố Hồ Chí Minh và được báo chí đăng tải về việc Nutifoood - một công ty hóa thực phẩm non trẻ nhưng đã giành được một vị thế khá tốt trên thị trường thực phẩm trẻ em Việt Nam - sử dụng nguyên liệu kém phẩm chất để sản xuất sữa bột. Mãi lực suy giảm, Nutifood yên lặng không có phản ứng. Đến giữa tháng chín, công ty này đăng một quảng cáo nguyên trang với một tuyên bố ngắn gọn - sức khỏe của người tiêu dùng là quan trọng nên họ không cải chính gì và chờ phán quyết từ các cơ quan thẩm quyền. Quả là một chiến lược khôn ngoan để tìm kiếm sự Đồng tình. "Bạn, người tiêu dùng, mới là tất cả những gì mà chúng tôi quan tâm", đó mới chính là thông điệp thực sự mà công ty này muốn truyền đạt đến người tiêu dùng và đã tạo thành một kênh giao tiếp tương tác vô hình trên căn bản của tính Đồng tình marketing.

Giữa tháng mười, Nutifoood đăng hai quảng cáo nguyên trang khác với hình hai văn kiện của công luận xác nhận nguồn nguyên liệu của họ sử dụng từ Úc là sản phẩm chất lượng. Quảng cáo tuyên bố, bạn (người tiêu dùng) mới chính là người có quyền phán xét chúng tôi. Quảng cáo này đã tạo thành sự Đồng tình thực sự trong giới tiêu dùng. Cuối cùng ngày 2-11- 2004, Sở Y tế thành phố Hà Nội thông báo: các mẫu sữa bột của Nutifood sau khi kiểm tra đều đạt tiêu chuẩn chất lượng an toàn thực phẩm.

Trên căn bản nhận thức về sự Đồng tình, Nutifood đã tiến hành một chiến dịch giành lại niềm tin một cách hoàn hảo và phải nói là thành công.

Trên Internet

American Online, người đại diện mua hàng cho Bạn

Bop Pittman và Steve Case là hai người làm marketing của AOL đã tin là tính Đồng tình sẽ thay đổi hoàn toàn bộ mặt công ty cũng như phương cách bán hàng của họ.

Cùng với sự phát triển của AOL, họ đã trải nghiệm qua một số kỹ thuật marketing, một số đạt được hiệu quả và một số hoàn toàn thất bại. Từ những thành công cũng như thất bại này, họ đã phát hiện được là họ có thể dùng tính Đồng tình để tăng trưởng số lượng người sử dụng dịch vụ của công ty họ. Như đã nhắc đến ở một phần trước trong sách này, AOL đã phải bỏ ra một khoản chi phí đáng kể khoảng 300 USD để có thể thu hút thêm được một đối tượng tiềm năng mới trở thành khách hàng của họ.

Rõ ràng là họ không có chút hy vọng nào để có thể bù đắp được cho chi phí nói trên với con số sử dụng dịch vụ trung bình trên mỗi khách hàng là chưa tới một năm với phí dịch vụ khoảng 20 USD một tháng, và phần lớn số tiền này dùng để chi vào phí điện thoại hay những phí hoạt động khác.

Vậy lý do nào đã khiến cho họ chấp nhận chi ra số tiền này? AOL xác định rằng cách tốt nhất để có được một khách hàng trung thành là phải nỗ lực hết mức để người này chấp nhận dùng thử dịch vụ của họ. Dùng thử miễn phí là cách tốt nhất để một người có thể biết được về những tiện ích mà AOL có thể đem lại. Một khi đã dùng thử, phần lớn những người này sẽ hầu như chắc chắn chấp nhận trao đi cấp độ Đồng tình đầu tiên để tiếp tục sử dụng dịch vụ và từ đó AOL có cơ hội để nâng sự Đồng tình này lên đến những cấp độ cao hơn. Các cấp độ kế tiếp sẽ bao gồm:

- Đồng tình để có thẻ tính tiền.

- Đồng tình để nhận Email.

- Đồng tình để ghi nhận những quảng cáo.

Sự Đồng tình này có được sức mạnh đáng kinh ngạc. Sử dụng sự Đồng tình (có thể nói là lạm dụng), họ cổ động cho TeleSave, một dịch vụ điện thoại trong nhà giá thấp. Với sự Đồng tình này, TeleSave đã ký một lúc hơn 400.000 hợp đồng sử dụng dịch vụ của họ với khách hàng của AOL. Chi phí cho hợp đồng này cũng như cho dịch vụ của TeleSave là cực thấp bởi TeleSave có được tần xuất quảng cáo miễn phí cũng như niềm tin có sẵn từ sự Đồng tình với AOL của khách hàng.

Nhưng dù sao AOL cũng nên cẩn trọng trong việc sử dụng tính Đồng tình đã đạt được này của khách hàng, như chúng ta đã xét đến trước đây - Sự Đồng tình có thể mất đi bất cứ lúc nào. Và điều này đã thực sự xảy ra với AOL.

BonusMail của Intellipost

BonusMail là một dịch vụ miễn phí kết nối những nhà quảng cáo với người tiêu dùng qua thư điện tử. Người tiêu dùng chấp nhận bằng cách điền vào một mẫu thông tin cá nhân để được nhận một số loại thông tin miễn phí tùy thích và họ có thể chọn lựa chủ đề thông tin theo ý thích.

Ngoài những thông tin theo ý thích, các đối tượng tiềm năng còn được khuyến khích để nhận những thư điện tử quảng cáo có định hướng trên dưới hình thức những điểm thưởng được gọi là Rew@rds Credit. Và mỗi lần người tiêu dùng trả lời cho các thư điện tử quảng cáo trên họ lại nhận được thêm một số điểm thưởng phụ trội nữa.

Về căn bản, BonusMail trả cho người tiêu dùng những điểm thưởng có thể chuyển đổi thành sản phẩm vì đã quan tâm đến các thư điện tử quảng cáo của họ. Với cách hoạt động công khai như trên, họ đã nâng việc ứng dụng thư điện tử lên một tầm mức mới.

CyberGold

Cũng tương tự như BonusMail của Intellipost, CyberGold cũng kết nối người tiêu dùng với các nhà quảng cáo qua thư điện tử. Những nhà quảng cáo sẽ trả tiền cho mỗi lần người tiêu dùng nhận thư điện tử quảng cáo của họ, thay vì nhận được điểm thưởng như với BonusMail, với CyberGold người tiêu dùng sẽ nhận thẳng tiền mặt cho sự quan tâm của mình.

Để chấp nhận, người tiêu dùng chỉ cần cung cấp địa chỉ thư điện tử của mình và một mật mã để bảo đảm không bị ai khác lạm dụng địa chỉ Email của họ vì những mục đích khác. Khi đã chấp thuận, người tiêu dùng sẽ tự động nhận được những cung ứng đặc biệt cũng như tín dụng CyberGold.

Để chuyển đổi tín dụng CyberGold thành tiền mặt, người tiêu dùng chỉ cần cung cấp thêm những thông tin chi tiết về cá nhân mình và số tiền thưởng từ tín dụng CyberGold sẽ tự động chuyển sang tài khoản yêu cầu của người tiêu dùng.

Có một điều cần nói về cách hoạt động của hai trang web vừa nói. Hầu như những người chấp nhận nhận mail quảng cáo từ hai trang này đều không thực sự là người tiêu dùng mà có vẻ như chỉ là những người rảnh rỗi muốn kiếm thêm. Vậy hoạt động này có thực hiệu quả?

Value America

Value America, một trang web bán lẻ trên Internet với một danh mục hàng tiêu dùng rộng, gồm hầu như đủ mọi thứ từ cái vòi nước cho đến truyền hình màn ảnh lớn. Họ khẳng định là hàng hóa của họ được bán ra với một giá thấp nhất có thể có được nhờ các mối quan hệ mua bán lớn và trực tiếp được tạo thành giữa họ và các nhà sản xuất. Họ cũng cung cấp một sô tiện lợi khác chỉ có thể có được trên Internet. Nhưng điều thực sự làm cho Value America khác biệt với các địa chỉ bán hàng tiêu dùng trên mạng khác là một loạt những khuyến khích dưới hình thức những giá trị cộng thêm khi họ thực hiện chiến lược Marketing Đồng tình.

Được thể hiện như một phần của kế hoạch Marketing Đồng tình, trang chủ của Value America thông báo người sử dụng không cần phải đăng ký làm thành viên của trang web để nhận được thông tin về sản phẩm, cũng không cần phải là thành viên mới được mua hàng, nhưng nếu đăng ký làm thành viên người sử dụng sẽ được hưởng một chế độ ưu đãi đặc biệt đối với một số sản phẩm của Value America. Các thành viên cũng được thiết lập riêng cho họ một danh sách các hàng hóa đã mua và các sản phẩm liên quan, Value America đã chọn sẵn thay cho họ những gì cần thiết cho các sản phẩm gia dụng của họ. Và đương nhiên, khi danh sách mua hàng càng nhiều, người sử dụng càng được hưởng thêm những ưu đãi và tiện ích khác nữa.

Điều kiện để trở thành thành viên của trang web này chỉ là đưa ra các thông tin cá nhân về bản thân như tên tuổi, địa chỉ, Email... Một khi đã chấp nhận là thành viên của họ, chúng ta đã trao cho họ sự Đồng tình để được thiết lập trang danh mục hàng đã mua. Với địa chỉ, họ sẽ thiết lập kênh giao hàng cho chúng ta. Những thông tin cá nhân chi tiết khác sẽ giúp cho Value America hiểu rõ hơn về khách hàng và giới thiệu những sản phẩm thích hợp cho từng người.

Bằng cách xây dựng việc kinh doanh của mình trên căn bản Đồng tình, Value America rõ ràng đã bước được một bước trước sớm hơn và giành được lợi thế trước các đối thủ cạnh tranh truyền thống của họ.

Amazon.com

Các nhà xuất bản đạt tỷ lệ lợi nhuận cao với việc phân phối các tác phẩm bán chạy của họ cho các nhà sách lớn, nhỏ ở khắp nơi. Và họ cũng như các nhà sách thường tập trung vào cổ động và quảng cáo cho những cuốn sách bán chạy này.

Mười chín năm trước đây, Amazon.com ra đời và đã tạo thành một thay đổi lớn cho diện mạo truyền thống của ngành xuất bản và phân phối sách với một nỗ lực kinh doanh mới trên Internet. Thay vì tập trung vào những người đến nhà sách để tìm mua các tác phẩm bán chạy, mô hình marketing của họ tập trung vào nhu cầu thật của người tiêu dùng để giới thiệu và bán các loại sách không thuộc hàng bán chạy nhất. Họ giới thiệu các loại sách này trên trang web amazon.com của họ, danh mục những cuốn sách hàng đầu của trang web này không có gì tương tự với những danh mục sách bán chạy của các nhà sách thông thường khác. Một khác biệt rõ ràng.

Họ cộng thêm cho cách tiếp cận này một phong cách Marketing Đồng tình riêng của họ, điều chỉ bắt đầu khi cuộc giao dịch đầu tiên thành hình. Amazon.com không hề yêu cầu đối tượng tiềm năng của họ bất cứ gì cho đến khi cuộc giao dịch đầu tiên thành hình.

Một khi chúng ta vừa chấp nhận trở thành khách hàng, họ lập tức bắt đầu thu thập thông tin về chúng ta, người khách hàng mới của họ. Dựa trên những thông tin cá nhân và các cuốn sách chúng ta đặt mua, Amazon sẽ chọn lọc và giới thiệu những đầu sách thích hợp với thị hiếu của chúng ta và rồi với thời gian, việc giới thiệu của họ càng lúc càng chính xác và phong phú hơn. Chúng ta không còn cần phải đi rảo mệt mỏi trong các nhà sách để lựa chọn và tìm ra những cuốn sách mà mình ưa thích, Amazon.com đã làm thay cho chúng ta công việc phiền toái này và với một hiệu xuất cao không thể nào đạt tới với việc chỉ đi rảo trong một vài nhà sách.

Những bước đầu marketing của Amazon.com cũng tương tự như những chiến dịch Marketing Đại chúng khác nhưng rồi nhanh chóng chuyển thành Marketing Một đối Một cùng với việc mua lần đầu của người sử dụng.

Trong khi những nỗ lực Marketing Một đối Một không thực sự hoàn toàn là Một đối Một, Amazon.com vẫn áp dụng các giá trị Đồng tình mà họ đã đạt được để mở rộng thêm để phân phối những sản phẩm mới như đĩa CD, DVD... Với một căn bản Đồng tình đã đạt được và luôn củng cố, Amazon.com hoàn toàn có thể ứng dụng để đạt được sự Đồng tình cao hơn nữa cùng với thời gian và những dịch vụ cung ứng mới.

My Yahoo!

Nếu bạn đã từng sử dụng Internet, bạn phải biết đến Yahoo!. Trang dò tìm Yahoo! Cung cấp cho người lên mạng hơn 50 kết nối nóng đến với các trang web hấp dẫn từ giải trí, thời tiết cho đến những ghi nhận chứng khoán. Ngay cả những cuộc thi để giành giải thưởng cũng xuất hiện trên trang web này như một trong những hình thức quảng cáo cổ động. Một trong những nối kết nóng này đưa bạn đến với một trang phụ của Yahoo! gọi là My Yahoo!, một trang web cung cấp cho người sử dụng những yêu cầu đặc biệt nếu chấp nhận đăng ký với một số thông tin cá nhân về bản thân.

Những thông tin mà My Yahoo! yêu cầu không quá phức tạp và mang tính cá nhân riêng tư. Họ yêu cầu ngày sinh chỉ để xác định một khi lỡ quên mất mật mã đã đăng ký. Những thứ như ngành nghề, vị trí công việc hay mã vùng bưu điện cũng chỉ để phục vụ những mục đích tương tự. Từ trang web này người sử dụng có thể đăng ký để chọn vào những chuyên mục ưa thích như thể thao, giải trí, kinh doanh hay mua bán...

Đó là những thông tin đơn giản mà bất cứ ai cũng không ngần ngại để trao đi. Đổi lại người sử dụng sẽ có được những tiện ích từ trang My Yahoo! này mà mật mã và số ID riêng của người sử dụng cho phép làm được vô số điều theo ý riêng mà những người không đăng ký không được hưởng. Người có đăng ký có thể chỉnh sửa trang web này theo ý riêng của mình để chọn lấy những gì họ muốn xem và xem ra sao, điều đáng nói nhất là tất cả các tiện ích này đều miễn phí! Chúng ta có thể tạo thành và sử dụng trang web đã được tạo dựng theo ý riêng này như một trang web của riêng mình. Tất cả những gì chúng ta phải trả để làm được điều này chỉ là một số thông tin cá nhân và sự Đồng tình để tạo thành một kênh giao tiếp tương tác giữa đôi bên.

Từ My Yahoo đến Yahoo Messenger, đến Yahoo 360

Tính đồng tình yếu dần khi không được củng cố với những tiện ích sáng tạo tươi mới. Đương nhiên những ông lớn trên Internet như Yahoo! hay Google không thể không nhận biết sự thật này. Sau thành công của Yahoo Messenger, Yahoo vẫn không ngừng cung ứng thêm những tiện ích mới phù hợp với sự phát triển không ngừng của người sử dụng Internet.

Có thể do sức ép từ Google khi trang dò tìm này thâu tóm và phát hành trang blog miễn phí Blogger của họ, năm 2005, Yahoo giới thiệu dịch vụ trang blog miễn phí Yahoo 360. Yahoo blog đã thu hút được hàng chục triệu người sử dụng nhưng sự phát triển của các trang mạng xã hội như Facebook,Twitter đã tác động dẫn đến quyết định đình chỉ trang cung cấp blog cá nhân này trước sự tiếc nuối của nhiều blogger trên thế giới.

#

- XI -

LƯỢNG ĐỊNH MỘT NỖ LỰC MARKETING ĐỒNG TÌNH

Nếu đo lường được, sẽ có thể đạt được.

Chúng ta có mười vấn đề cần phải đặt câu hỏi một khi muốn lượng định một nỗ lực marketing đông tình.

1 - Yếu tố khuyến dụ là gì?

2 - Tính giá trị của sự Đồng tình để làm gì?

3 - Tính Đồng tình đạt được vững chắc thế nào?

4 - Chi phí cho tần xuất phát triển là bao nhiêu?

5 - Tỷ lệ người đáp ứng một cách tích cực là bao nhiêu?

6 - Những áp lực là gì?

7 - Công ty của bạn có xem tính Đồng tình như một giá trị?

8 - Tính Đồng tình đang được thúc đẩy ra sao?

9 - TInh Đồng tình được nâng cấp ra sao?

10 - Tính Đồng tình được dự kiến sẽ kéo dài bao lâu?

Yếu tố khuyến dụ là gì?

Tính vị kỷ, như đã được bàn đến trước đây, là một bản tính của con người - vậy một người tiêu dùng sẽ đáp ứng với những gì dưới ảnh hưởng của bản tính này? Tiện ích được trao đi cho từng người tiêu dùng có rõ ràng và minh bạch không, hay có cuộc thi hay chương trình cổ động nào đem lại những lợi ích thiết thực cho nhóm người tiêu dùng đó không?

Không có chỗ cho sự vị kỷ hay chi li ở đây dành cho người làm marketing. Những người làm marketing nào đưa ra được những yếu tố khuyến dụ mạnh và sinh động hơn với những tiện ích rõ ràng và minh bạch sẽ lôi kéo được nhiều người tiêu dùng hơn là các đối thủ của mình.

Một yếu tố khuyến dụ tốt là một yếu tố dễ diễn tả, thuận lợi để trao đi và được nhóm đối tượng tiềm năng mục tiêu đánh giá cao để có thể quan tâm tới và sẵn sàng nhập cuộc.

Yếu tính ở đây là chọn lấy một yêu tố khuyến dụ đúng và phù hợp với sản phẩm hay dịch vụ được cung cấp. Nếu thông điệp và yếu tố khuyến dụ quá mâu thuẫn, ta sẽ chỉ thu được những đối tượng không đúng thực đối với sản phẩm hay dịch vụ được cung cấp.

Ví dụ như khi AT&T thực hiện một chương trình quảng cáo cổ động nhắm vào đối tượng mục tiêu là sinh viên đại học. Yếu tố khuyến dụ được sử dụng ở đây là một kỳ nghỉ cho năm người ở một khu du lịch bên bờ biển. Giải thưởng này là lý tưởng cho dịch vụ được quảng cáo cổ động của AT&T vì những lý do sau:

Nó phù hợp và hấp dẫn đối với các đối tượng sinh viên.

Nó phù hợp với ý tưởng cộng đồng và bạn hữu, một môi trường tốt cho dịch vụ điện thoại được cổ động.

Giải thưởng không đắt giá nhưng đúng là hấp dẫn đối với giới sinh viên không được dư giả.

Một giải thưởng sinh động và dễ miêu tả.

Đương nhiên, yếu tố khuyến dụ không bắt buộc phải là một giải thưởng. Nó có thể là một phiếu thưởng, thông tin về một đề tài đáng quan tâm, giải trí hay quyền thành viên của một nhóm đặc quyền...

Tính giá trị của sự Đồng tình để làm gì?

Phải chi phí bao nhiêu để đạt thêm được một người chấp nhận tham gia? Ngoài mạng, điều này được tính bằng cách chia tổng chi phí quảng cáo cho số người dự kiến sẽ đạt được. Với thư tín trực tiếp hay trên mạng là phân tích trực tiếp từ chi phí truyền thông chia cho số đồng tình đạt được.

Mọi sự Đồng tình đạt được đều có giá của nó. Theo dấu và hình dung ra giá trị của sự Đồng tình là yếu tính một khi chúng ta muốn nhân bội lợi nhuận thu được từ một đầu tư.

Tính Đồng tình đạt được vững chắc thế nào?

Đây là một vấn đề đáng tranh cãi. Nếu một ai đó đồng tình cho phép ta gởi cho họ một cuốn sổ biểu mẫu, đó là tất cả những gì mà họ đồng tình trao cho chúng ta. Phải công khai một cách chính xác về những gì mà người tiêu dùng dự kiến sẽ nhận được để chắc chắn họ không hiểu lầm và rồi nghi ngại dẫn đến đánh mất đi sự Đồng tình.

Chi phí cho tần xuất phát triển là bao nhiêu?

Chúng ta phải chi phí thêm bao nhiêu để gởi thêm thông điệp marketing cho một người? Với thư tín trực tiếp, chi phí có thể là năm trăm hay một vài ngàn tùy theo cái mà chúng ta gởi đi. Trên mạng, chi phí này gần như bằng không.

Chọn ra một phương tiện truyền thông và tạo thành tần xuất đúng cho đối tượng sẽ nhân bội sức lôi cuốn cần có.

Tỷ lệ người đáp ứng một cách tích cực là bao nhiêu?

Sau khi đã giành được sự Đồng tình và bắt đầu gởi thông điệp của mình đi, có bao nhiêu người trả lời cho thông điệp đó? Bao nhiêu người thể hiện hành động như thông điệp yêu cầu? Chúng ta sẽ dùng những thông tin phản hồi ra sao để tăng trưởng tính cá nhân, dự kiến và thích ứng qua thời gian?

Với thử nghiệm, chắc chắn chúng ta có thể tăng trưởng con số tỷ lệ đáp ứng này lên, thường là từ hai đến năm lần.

Những áp lực là gì?

Những thông tin phản hồi và kỹ thuật để cải tiến yếu tố khuyến dụ có sẵn sàng để thay thế một khi hiệu lực bắt đầu suy giảm? Ví dụ như khi có được phản hồi về việc một số khách hàng của mình bắt đầu ngưng việc mua hay chuyển sang mua ở các đối thủ cạnh tranh, chúng ta có sẵn sàng các phương cách để tăng tính hấp dẫn của yếu tố khuyến dụ để giành lại niềm tin và mãi lực từ những người này?

Nếu chi phí để có được một khách hàng mới là cao hơn rõ ràng so với chi phí để giành lại một khách hàng sắp hoặc đã mất đi thì có gì để phải suy nghĩ trong vấn đề này?

Công ty của bạn có xem tính Đồng tình như một giá trị?

Các công ty vẫn thường đo lường những giá trị sở hữu của mình như trữ lượng tồn kho hay quỹ tài chính. Công ty của bạn có thể hiện việc này với tính Đồng tình hay không? Những người làm marketing của một tổ chức nên chắc chắn chính xác về mức độ Đồng tình mà tổ chức của mình đạt được.

Giá trị Đồng tình có thể được thúc đẩy và tăng trưởng cùng với thời gian. Để sự đồng tình có thể phát triển đều đặn cũng cần đến đầu tư như đối với mọi giá trị khác của tổ chức. Nếu việc đầu tư này vẫn luôn được đo lường, lợi ích thu hồi được từ đầu tư cũng có thể đo lường được.

Tính Đồng tình đang được thúc đẩy ra sao?

Một khi sự Đồng tình đã được thiết lập, chúng ta hoàn toàn có thể nâng cấp sự đồng tình này cùng với thời gian. Khi đã được đồng tình để giao tiếp một cách cá nhân và thích ứng với một số người rộng lớn, chúng ta có thể lặp lại thông điệp đã trao đi và tăng trưởng mãi lực đáng kể.

Cộng thêm với việc thúc đẩy mãi lực của sản phẩm mới, những người làm marketing còn có thể tăng thêm sức tiêu thụ với những sản phẩm hiện hữu hay hợp tác với các công ty khác để cùng chia sẻ lợi ích từ sự Đồng tình này như trong trường hợp American Airlines đã hợp tác với các khách sạn.

Tính Đồng tình được nâng cấp ra sao?

Một khi sự Đồng tình đã được thiết lập, bổn phận của người làm marketing là phải nâng cấp sự đồng tình này lên. Thiếu sự quan tâm đúng đắn, tính Đồng tình sẽ lụi tàn đi dần dà. Việc chú tâm đến để tăng trưởng niềm tin từ sự Đồng tình đã có, người làm marketing có thể nâng cấp sự Đồng tình đó lên làm tăng thêm giá trị của nó cùng với thời gian.

Ví dụ như Amazon.com là đang ở giữa quá trình này. Vào lúc khởi đầu mối quan hệ, sự Đồng tình chỉ là mong manh. Người tiêu dùng thích thú được nhắc lại từng lúc về những gì họ quan tâm nhưng không hoàn toàn sẵn sàng cho việc đối thoại tương tác với thư điện tử.

Bằng cách tiến hành những chương trình cổ động với những giải thưởng bình thường có tính vui vẻ, Amazon.com dần dần nâng cấp mối giao tiếp lên. Họ từ tốn hướng dẫn khách hàng lên những cấp độ cao hơn để hình thành mối giao tiếp tương tác hai chiều.

Bước tiếp theo sẽ càng lúc càng cá nhân và thích ứng hơn. Một khi Amazon.com đã biết được các loại sách mà chúng ta thích, họ có thể hướng chúng ta đến việc viết những nhận định của mình về những cuốn sách ưa thích. Hoặc những kỳ giảm giá đặc biệt hàng tháng dành riêng cho chúng ta với những cuốn sách mình ưa thích.

Bước kế tiếp nữa là khuyến khích chúng ta gia nhập vào những câu lạc bộ người đọc sách của Amazon.com.

Tính Đồng tình được dự kiến sẽ kéo dài bao lâu?

Câu hỏi cuối cùng này liên quan đến giá trị cả đời của một sự Đồng tình. Nếu sự Đồng tình là ngắn hạn, những người làm marketing cũng sẽ nhanh chóng phí hoài đi chi phí nâng cấp đã bỏ ra. Vì vậy, các chương trình Marketing Đồng tình phải sẵn sàng để chi phí nâng cấp tính đồng tình đã đạt được liên tục và không lãng phí những nỗ lực đã thể hiện..

Những người làm marketing sẽ thành công hơn nữa một khi họ có thể chuyển đổi những sự Đồng tình ngắn hạn sang thành những sự Đồng tình với đời sống kéo dài hơn. Như trong trường hợp các cửa hàng tạp phẩm với chương trình marketing để chuyển những mua sắm nhất thời ở các siêu thị thành những chương trình xây dựng lòng tin dài hạn có thể kéo dài trong nhiều tháng hay ngay cả nhiều năm.

Với một chương trình marketing xây dựng lòng tin dài hạn như trên, các cửa hàng bán lẻ hoàn toàn có thể đứng vững và vượt qua những đối thủ lớn và mạnh hơn của họ.

- XII -
THẮC MẮC THÔNG THƯỜNG VỀ MARKETING ĐỒNG TÌNH

Các câu hỏi thường nhất về
Marketing Đồng tình.

Khi được nghe hay đọc về Marketing Đồng tình, những người làm marketing thường thắc mắc về một số vấn đề. Sau đây là một số thắc mắc thường được đặt ra nhất.

1- Có cần một website để thực hành Marketing Đồng tình?

Marketing Đồng tình hoạt động với bất kỳ phương tiện nào có thể hình thành một cuộc đối thoại hai chiều. Nó có thể hoạt động hiệu quả với thư tín trực tiếp, điện thoại và đương nhiên là tốt nhất với Internet. Mọi chiến dịch marketing với bất kỳ một phương tiện nào có thể hình thành giao tiếp hai chiều đều có thể phối hợp với yếu tố trao quyền của Marketing Đồng tình.

Ví dụ, mọi quảng cáo nên giới thiệu một số điện thoại miễn phí hay một địa chỉ Email cho các đối tượng tiềm năng có thể liên hệ để có thêm thông tin. Đó chính là cơ hội để một cuộc đối thoại tương tác bắt đầu.

Chúng ta hãy thử tưởng tượng, nếu một tổng đài điện thoại di động mới thành lập bắt đầu chương trình quảng cáo cổ động của họ bằng cách: phân phát miễn phí 50.000 sim điện thoại di động với đầy đủ chức năng trong một tháng hoàn toàn miễn phí để đối tượng tiềm năng dùng thử thay vì chi ra 2 tỷ đồng trong 3 tháng để quảng cáo quấy rối trên các phương tiện truyền thông truyền thống. Để nhận được sim di động dùng thử này, các đối tượng tiềm năng chỉ cần đăng ký tên tuổi, địa chỉ của mình.

Khi đối tượng tiềm năng đã chấp nhận dùng thử, cuộc đối thoại tương tác được bắt đầu. Những thông điệp về tiện ích và những chương trình khuyến mãi, giải thưởng được nhắn tin đến cho người dùng thử. Đương nhiên là mọi tiện ích được giới thiệu đều phải hoạt động hiệu quả cũng như các yếu tố khuyến dụ phải thực hấp dẫn. Sau một tháng dùng thử , điều gì sẽ xảy ra? Hiệu quả của sự đồng tình đạt được sẽ dẫn đến mãi lực rõ ràng.

Sau khi đã đạt được sự Đồng tình đầu tiên, việc nâng cấp để đạt được những cấp độ Đồng tình cao hơn là đương nhiên. Những nỗ lực không ngừng để gìn giữ và nâng cấp giá trị Đồng tình đã nhận được là cần thiết và tùy theo khả năng củng cố chiến dịch Marketing Đồng tình của công ty điện thoại di động mới này. Chính họ và chỉ họ mới có thể tự làm cho mình lớn mạnh lên hay tàn lụi đi cùng với sức mạnh của tính Đồng tình.

2- Marketing Đồng tình chỉ hiệu quả với người tiêu dùng?

Đương nhiên, các cơ hội cho việc kinh doanh giữa công ty với công ty (B2B) trong kỹ thuật marketing này cũng phải bắt đầu từ các cung ứng như đối với người tiêu dùng.

Chướng ngại lớn nhất trong marketing B2B là chi phí lớn để đạt đến các đối tượng tiềm năng. Không như Marketing Đại chúng, chỉ cần có tiền là có thể quấy rối được hàng triệu đối tượng tiềm năng. Để thông điệp marketing của chúng ta được những ông chủ lớn ghi nhận đòi hỏi nhiều hơn là chỉ tiền để quấy rối.

Marketing Đồng tình không thuộc về phần quấy rối trong quá trình. Bạn vẫn buộc phải hình dung ra cách để gây chú ý với các đối tượng tiềm năng lớn này, nhưng một khi đã được quan tâm chúng ta không thể để chúng tàn úa đi.

Thắc mắc thông thường nhất của những người làm Marketing B2B là họ phải sử dụng các công cụ Marketing Đồng tình ra sao để đạt đến được các đối tượng tiềm năng mà họ chưa đặt được mối quan hệ. Không may là không thể có điều gì kỳ diệu ở đây. Các kỹ thuật tần xuất tạo hiệu lực cho Marketing Đồng tình không thể loại bỏ sự cần thiết của Marketing Quấy rối trong quá trình. Chúng ta buộc phải chi phí cao trong những nỗ lực đầu tiên để tạo mối quan hệ với một người xa lạ. Và càng tốn công của hơn nữa để nâng cấp sự Đồng tình đã đạt được từ những ông chủ lớn. Yếu tố khuyến dụ vẫn đóng một vai trò quan trọng trong Marketing Đồng tình, và đương nhiên những yếu tố khuyến dụ đối với các ông chủ lớn là hoàn toàn khác biệt với những yếu tố khuyến dụ đối với những nhóm đối tượng tiêu dùng thông thường. Mục tiêu chính của giai đoạn này trong Marketing Đồng tình B2B là chuyển người xa lạ thành bạn hữu, và từ đây việc chuyển một người bạn trở thành khách hàng sẽ dễ dàng hơn nhiều.

3- Nên dùng đến Web khi nào và ra sao?

Nhiều công ty có mặt trên mạng vì những lý do hoàn toàn không liên quan gì đến marketing. Web có thể đem đến cho chúng ta những cơ hội giảm chi phí, ví dụ, ta có thể để cho một khách hàng làm lấy những công việc mà trước đây nhân viên của chúng ta vẫn phải thực hiện.

Chúng ta cũng có thể dùng Web như một phương tiện để liên lạc với nhân viên ở xa, đối tác hay khách hàng hiện hữu. Cãi bẫy thông thường nhất mà các công ty hay vấp phải khi xây dựng một trang web là họ chỉ coi đó như một chỗ dành cho các khách hàng hiện hữu chứ không như một phương tiện marketing hữu hiệu để hấp dẫn các đối tượng tiềm năng.

Với Marketing Đồng tình, chúng ta có một giải pháp khác hẳn cho vấn đề này, xây dựng một trang web như một phương tiện nền tảng cho marketing.

Bước đầu tiên, chúng ta nên có hai trang riêng biệt trên website của mình. Một cho khách hàng hiện hữu và một dành cho các đối tượng tiềm năng. Trang dành cho khách hàng là để nâng cấp các mức độ đồng tình với các yếu tố khuyến dụ dưới hình thức khuyến mãi, giảm giá hay các cung ứng đặc biệt dành riêng cho khách hàng.

Trang dành cho đối tượng tiềm năng là hoàn toàn nhắm vào việc giành lấy cấp độ Đồng tình đầu tiên. Mục tiêu chính của trang này là thúc đẩy các đối tượng tiềm năng thực hiện hai hành động: 1) cho biết họ muốn những gì và cần đến những giải pháp cho vấn đề gì?; 2) Đồng tình để bạn tiếp tục mối giao tiếp qua thư điện tử.

Một khi đã đạt được sự Đồng tình này, ta đang ở trên con đường để đến với một thương vụ. Tại sao? Bởi từ sự đồng tình này chúng ta có thể thực hiện marketing để thông tin cho đối tượng tiềm năng biết về mình và những gì chúng ta cung ứng cho khách hàng. Chúng ta có thể tương tác với đối tượng tiềm năng trong một cuộc đối thoại hai chiều. Từ đó, ta có thể gởi đi những thông điệp được dự kiến, cá nhân và thích ứng hơn với các nhóm đối tượng tiềm năng.

Đương nhiên chúng ta buộc phải cần đến lợi thế của Marketing Đại chúng để lôi kéo một số lượng lớn đối tượng tiềm năng đến với mình. Kế đó dùng lợi thế này để tạo tần xuất với các phương tiện trên Internet.

Nếu một công ty dùng Marketing Đại chúng với quảng cáo trên truyền hình. Họ có thể dùng quảng cáo này để khuyến khích người xem vào trang web với một yếu tố khuyến dụ ..

Nếu Suzuki Việt Nam áp dụng kỹ thuật này, có thể nào sẽ đạt được 20.000 sự Đồng tình không? Hoàn toàn có thể. Mỗi một sự Đồng tình này sẽ tạo thành một cuộc đối thoại chắc chắn sẽ tăng trưởng niềm tin thương hiệu và Suzuki có thể từ đây trao đi những thông điệp được dự kiến, có tính cá nhân và thích hợp.

Nỗ lực cổ động này hầu như không làm Suzuki phải chịu thêm bất cứ một phí tổn nào bởi chiến dịch quảng cáo của họ là đương nhiên phải có. Sự thách thức đối với một công ty như Suzuki không phải là tiền mà chính là sự phối hợp hoạt động giữa các tổ chức. Làm sao để những người ở đài truyền hình, ở công ty quảng cáo, ở các phương tiện truyền thông, ở đội ngũ marketing và những người bán hàng cùng hoạt động trong một nỗ lực tập trung và đúng định hướng như đã hoạch định. Đây là một trong những lý do khiến cho những công ty nhỏ có thể ứng dụng những kỹ thuật Marketing Đồng tình này đồng bộ hơn. Những công ty nhỏ thường năng động và nhanh chóng thích ứng với những hướng phát triển mới hơn.

Vậy phương thức hoạt động này của Marketing Đồng tình có phù hợp để marketing cho những đối tượng tiềm năng chuyên nghiệp như bác sĩ, luật sư hay các nhà kinh doanh chuyên nghiệp không?

Marketing Đồng tình không chỉ là cổ động bán hàng với các yếu tố khuyến dụ để khuyến khích hay khuyến dụ các đối tượng tiềm năng. Đây là một hình thức tiếp cận Marketing Trực tiếp với tần xuất cao, thích ứng, cá nhân và những mối quan hệ tương tác cùng đối tượng tiềm năng.

Mục tiêu duy nhất của website chỉ là đạt đến một sự Đồng tình để quá trình marketing có thể bắt đầu. Nếu các đối tượng bác sĩ không đáp ứng với yếu tố khuyến dụ của một chuyến du lịch nước ngoài, những người này có thể sẽ đáp ứng với những thông tin mới lạ hay....

Vấn đề lớn nhất đối với một công ty dược phẩm sau khi một loại thuốc mới đã được cấp phép sử dụng là làm sao để được bác sĩ kê đơn cho dùng loại thuốc mới đó. Các công ty dược phẩm vẫn dùng đến một số lượng lớn các trình dược viên để thực hiện nỗ lực này.

Các công ty dược phẩm cần đến những người bán hàng trực tiếp bởi, qua thời gian giao tiếp, những người này sẽ xây dựng được sự Đồng tình. Người bác sĩ đó sẽ tin tưởng vào người trình dược viên của mình và rồi dự kiến để nhận được thông tin mới từ người bán hàng này.

Yếu tố khuyến dụ không còn là vấn đề một khi chúng thích hợp với các đối tượng mục tiêu và tạo thành sự quan tâm cũng như đáp ứng. Không chỉ vì một ai đó là chuyên nghiệp mà họ sẽ không vị kỷ và một yếu tố khuyến dụ thích hợp vẫn luôn là một yếu tố khuyến dụ hiệu quả.

4- Có thể dùng tính Đồng tình để xây dựng thương hiệu?

Thương hiệu là một cái tên thế vì cho những sản phẩm. Ví dụ như đã tin tưởng vào xà bông Lux, chúng ta sẽ sẵn sàng dùng thử dầu gội Lux hơn là một thứ dầu mang tên thương hiệu xa lạ nào khác.

Nếu đã có được sự Đồng tình sâu và thường xuyên từ những đối tượng tiềm năng thích hợp, thương hiệu là hữu dụng nhưng chỉ là thứ hai trong quá trình hình thành quyết định. Phương tiện tiếp cận và khả năng cá nhân hóa mối quan hệ của chúng ta mới quan trọng hơn.

Hãy thử xét qua các công ty bảo hiểm lớn. Họ có được một giá trị khổng lồ - các mối quan hệ cá nhân mà hàng ngàn đại lý của họ đã tạo dựng được với hàng triệu khách hàng và đối tượng tiềm năng. Sự Đồng tình cá nhân này rất đáng giá và được xây dựng qua một thương hiệu. Thương hiệu tạo thành tính tin tưởng cho hãng bảo hiểm và việc thể hiện công việc tốt của họ làm cho thương hiệu càng lúc càng mạnh hơn.

5- Khác biệt chính giữa Marketing Đồng tình và Marketing Quấy rối là gì?

Hầu hết những người làm marketing truyền thống đều áp dụng Marketing Quấy rối, sự khác biệt ở đây rất đơn giản. Một người làm Marketing Quấy rối là một thợ săn. Một người làm Marketing Đồng tình là một nhà nông.

Săn bắt đối tượng tiềm năng chỉ bao gồm hai công đoạn, nạp đạn và rồi cứ bắn cho đến khi trúng được một số người nào đó. Bạn có thể cứ bắn, một ngày, một tuần hay một tháng tùy thích, tùy theo số đạn của bạn và dù sao đi nữa thì bạn cũng thu được một số thành quả rõ ràng.

Nuôi trồng đối tượng tiềm năng bao gồm một số bước phức tạp hơn, tìm được hạt giống, sửa soạn đất, gieo trồng, tưới nước và rồi thu hoạch. Rõ ràng là với nuôi trồng ta có thể dự kiến tốt hơn, nhưng việc này cũng đòi hỏi sự quan tâm và nỗ lực thường xuyên hơn. Nếu ta chỉ tập trung trong một tháng, ta có thể mất trắng công sức đã bỏ ra của mình. Mặt khác, việc nuôi trồng có khả năng tăng trưởng. Một khi chúng ta đã hoàn thiện trong thực hành, ta có thể gieo trồng nhiều hạt giống hơn và thu hoạch được nhiều hơn.

6- Tại sao không thể bán đi những tên tuổi, dữ liệu mà mình đã thu thập được? Những việc này, với các chương trình Marketing Trực tiếp, vẫn thực hiện được và đó là một lợi nhuận cộng thêm đáng kể.

Đương nhiên là chúng ta hoàn có thể và có quyền bán đi những sự Đồng tình đã bỏ công sức ra để thu thập về cho mình. Nhưng một khi đã bán đi, những giá trị đó lặp tức không còn là những gì giá trị nữa.

Sự Đồng tình thật sự là một mối quan hệ một đối một được tạo thành qua thời gian với một cá nhân. Cá nhân này được khuyến khích để tin tưởng và chia sẻ với chúng ta những thông tin cá nhân của họ đổi lấy những thông điệp marketing có định hướng, cá nhân và thích hợp, tiết kiệm được thời gian và tiền bạc cho cá nhân này.

Một khi những dữ liệu cá nhân này được chia sẻ và một bên thứ ba nữa cùng gia nhập cuộc chơi, bên thứ ba này sẽ tạo thành hai vấn đề:

1- Bên thứ ba này sẽ tạo thành sự hỗn độn và sự hỗn độn này sẽ phá hoại mối quan hệ riêng tư mà chúng ta đã nỗ lực tạo thành.

2- Bên thứ ba sẽ thủ lợi bằng cách lạm dụng những thực tế chúng ta đã thu thập được với sự tin tưởng và người tiêu dùng sẽ thất vọng rồi loại bỏ mối quan hệ đã có từ nỗ lực tạo thành của chúng ta.

Chúng ta sẽ phản ứng ra sao khi thông tin cá nhân mà chúng ta đã trao đi cho một người, một tổ chức, một website bị lợi dụng bởi một người hay tổ chức xa lạ để tiếp cận?

Trong trường hợp này, ai cũng đều cảm thấy hụt hẫng và thất vọng vì đã bị lợi dụng từ sự dễ tin mà đồng tình trao đi những thông tin cá nhân của mình. Lúc này, những người làm marketing đã bán đi một cách rẻ rúng giá trị mà họ đã nhận được từ những người có thể sẽ trở thành khách hàng lâu dài của họ.

Nhưng dù sao cũng có một trường hợp ngoại trừ trong nguyên tắc này: nếu ta dùng tưởng thưởng để có được những thông tin về đối tượng tiềm năng một cách công khai và rồi chia sẻ những thông tin này với các công ty khác trên căn bản vì lợi ích của các đối tượng tiềm năng này với sự Đồng tình thì khác. Trong trường hợp này, người tiêu dùng hưởng được hai lợi ích:

1- Có thêm được những khả năng để giành được một giải thưởng khác nữa.

2- Có thêm thông tin cần thiết về những sản phẩm thích hợp với mình.

Sự chia sẻ thông tin cá nhân về đối tượng tiềm năng trong trường hợp này là khác hẳn, đây là một việc làm được đồng tình và vì lợi ích của cả đôi bên.

Marketing Đồng tình tập trung nỗ lực vào việc xây dựng một mối quan hệ lâu dài mà quyền lực nằm về phía người tiêu dùng.

7- Khi Marketing Đồng tình phổ biến hơn, sự thể sẽ ra sao?

"Thay đổi mẫu thức" có vẻ đã là một câu cửa miệng trong hơn một thập niên qua trong các cuộc họp bàn về mô hình kinh doanh mới. Trên thực tế, thế giới đang thay đổi, và đang thay đổi một cách sâu sắc và nhanh chóng. Rồi đây chúng ta sẽ chỉ còn lại hai mô hình kinh doanh mà thôi - một là nhạy bén và hai là "chết!"

Trong mọi thị trường và với mọi loại đối tượng, ba điều sau sẽ hầu như luôn đúng với thực tế:

1- Sự Đồng tình là một giá trị đáng giá, và giá trị này có thể nâng cấp.

2- Khi sự hỗn độn càng lúc càng tệ hơn, sự Đồng tình sẽ càng lúc càng giá trị và khó mà giành được hơn.

3- Trong mỗi phân đoạn thị trường, chỉ có một vài công ty là có khả năng gìn giữ được sự Đồng tình và tiếp tục hoạt động trong phân đoạn của mình.

Nếu xét đến những nhà sách lớn trên mạng. Chúng ta sẽ chỉ ghi nhận được Amazon.com và Barnes & Noble vẫn đang chiến đấu với nhau mạnh mẽ vì sự Đồng tình. Cả hai đều sẵn sàng mất tiền thêm nữa cho từng khách hàng mới một chỉ để đạt được sự Đồng tình lớn hơn và lợi nhuận hơn trên căn bản lâu dài.

1- Trong ngành kinh doanh sách, nhà sách nào tạo dựng được sự Đồng tình vững vàng hơn sẽ bán được nhiều sách hơn, có được quyền lực mạnh hơn đối với các nhà cung cấp và rồi sẽ lấn lướt các nhà cung cấp bằng cách tự xuất bản và phát hành trực tiếp với những tác giả của riêng họ.

2- Trong ngành kinh doanh sách, những trái cây ngon và dễ hái hầu như không còn nữa. Hầu như những người máu mê với sách đều đã có cho mình một địa chỉ mua sách trên mạng sẵn rồi. Vì vậy chi phí để giành được một khách hàng đúng và tốt sẽ càng lúc càng cao hơn.

3- Trong ngành kinh doanh sách, một khi một khách hàng đã mua ở một địa chỉ trên mạng nào đó, họ không còn cần phải tìm kiếm đến một địa chỉ nào khác nữa vì mọi nhu cầu về sách của họ hầu như đã được thỏa mãn với nơi đã giành được sự Đồng tình của họ.

Như vậy là một cuộc chiến lớn đang âm ỉ. Trong mỗi ngành công nghiệp, từ tiền tệ cho đến tạp phẩm, chỉ còn lại một vài ông lớn cuối cùng sẽ giành được sự Đồng tình rộng rãi để marketing cho một nhóm người tiêu dùng riêng rộng lớn. Khi điều này xảy ra, các công ty khổng lồ này - những người gác cổng thiên đàng - sẽ áp dụng rộng rãi sức mạnh đã được củng cố vững chắc bằng sự Đồng tình của họ.

Những người nắm giữ sự Đồng tình này sẽ bắt đầu xử sự với những nhà cung cấp của họ trên căn bản quyền lực của riêng họ. Họ sẽ có quyền chọn lấy những nhà cung cấp nào thỏa mãn được những điều kiện phát triển của họ trên căn bản sự Đồng tình được trao phó của người tiêu dùng dưới hình thức đôi bên cùng có lợi này.

Những hàm ý rộng và sâu hơn trong những nhận định trên là thực sự quan trọng. Các công ty chưa thực hiện được bước cuối cùng nối kết sản phẩm của họ trực tiếp với người tiêu dùng nên suy nghĩ thấu đáo hơn về vấn đề này. Nhưng cũng có một vấn đề cần phải rõ ràng trước khi quyết định mình sẽ là gì, người gác cổng thiên đàng hay nhà cung cấp với những nỗ lực không ngừng được định hướng vào người tiêu dùng? Nếu bạn vừa gác cổng vừa cung cấp, bạn có thể làm tốt được cả hai vị trí này không? Hay sẽ lúng túng để rồi cả hai vai trò đều không được thể hiện tốt như yêu cầu? Hãy coi chừng - càng mở rộng, càng thu hẹp - một nguyên lý marketing bất biến đã được chứng tỏ và tin tưởng với mọi người làm Marketing.

Không thể có chuyện tất cả cùng nhau trở thành những người gác cổng. Có thể một ông khổng lồ nào đó có thể đứng vững mà không cần đến các đại lý trung gian, nhưng chắc chắn không phải là mọi ông lớn đều có được khả năng này. Vì vậy, Rồi mọi tổ chức đều sẽ phải quyết định, tùy theo ngành nghề, sẽ là một nhà cung cấp chính thức cho một người gác cổng thiên đàng nào đó hay sẽ nỗ lực để trở thành một người gác cổng trong phân đoạn của riêng mình với sự Đồng tình của các nhóm khách hàng của mình.

8- Nếu Marketing Đồng tình đã là hiệu quả như vậy. Tại sao quảng cáo truyền hình quấy rối vẫn chi phối môi trường marketing?

Lý do chính ở đây là thói quen. Không một ai bị mất chỗ đứng của mình vì sử dụng quảng cáo truyền hình cả và quán tính đã có trong suy nghĩ này vẫn còn rất nặng nề. Quảng cáo truyền hình vẫn còn là một miếng bánh béo bở đối với nhiều ban bè, tổ chức và cá nhân vẫn đang tồn tại tốt với phần bánh của mình.

Nên nhớ, không phải là tất cả các quảng cáo truyền hình đều hiệu quả hay bù đắp được chi phí đã bỏ ra. Một phần không nhỏ các chiến dịch quảng cáo truyền hình là những thất bại nặng nề, thậm chí dẫn đến sự ra đi của một thương hiệu. Hơn nữa, Marketing Đồng tình vẫn cần đến bước quấy rối đầu tiên này.

9- Việc thử nghiệm là quan trọng thế nào với Marketing Đồng tình?

Marketing và truyền thông đại chúng hiệu quả là vì có thể định hướng vào một số lượng cực lớn các đối tượng tiềm năng với tỷ lệ chi phí trên đầu người thấp. Marketing Đồng tình không thể thực hiện điều tương tự, nhưng Marketing Đồng tình cho phép thử nghiêm bất cứ điều gì. Trong bất cứ khoảng thời gian nào. Ta không cần phải là một thiên tài để có thể tạo thành hàng trăm cuộc thử nghiệm khác nhau với Marketing Đồng tình, chúng ta chỉ cần kiên trì.

Không nên đánh giá thấp khả năng này của Marketing Đồng tình. Thử nghiệm hết mình đối với mọi yếu tố của một chiến dịch Marketing có thể nhân đôi, nhân ba các kết quả thu được từ đó. Bởi các mối giao tiếp với sự đồng tình là cá nhân và riêng tư nên những người làm marketing hoàn toàn có thể thực hiện hàng trăm cuộc thử nghiệm cùng lúc với các mối quan hệ sẵn có này. Việc mà một người làm marketing đại chúng không thể vì sợ rằng có thể làm cho đại bộ phận người tiêu dùng lẫn lộn.

Thử nghiệm là một việc nghiêm túc. Thật khó để bắt đầu, nhưng một khi đã đi bước đầu tiên, mọi việc sẽ trở nên dễ dàng thể hiện. Chúng ta không cần thiết phải hội họp triền miên để xác định đâu là giải pháp đúng, chúng ta chỉ cần quyết định và triển khai thử nghiệm.

Chúng ta nên thử nghiệm thật nhiều thứ như giá, hệ thống tưởng thưởng, áp lực, nhóm đối tượng đáp ứng, v.v… nói chung, nên thử nghiệm tất cả những gì có thể tưởng tượng ra được.

Và nếu chi phí tạo thành tần xuất là không đáng kể, chúng ta cũng nên thử nghiệm cả những tiểu tiết có thể nghĩ ra nữa. Chúng ta cũng có thể thử nghiệm cả với những gì hài hước nữa như "giảm giá 80%… mua hay con chó của ông bà sẽ chết!". Marketing Đồng tình là một phương tiện được tạo thành để thử nghiệm hiệu quả, nhất là khi chúng ta có thể thử nghiệm với chi phí cực thấp.

10- Nên làm gì với website đã có sẵn?

Đương nhiên là chúng ta không cần phải đóng trang web này, nhưng nên thay đổi, nên ngưng đầu tư quá nhiều thời gian và tiền bạc để làm cho trang web này hấp dẫn và kỳ diệu.

Website dành cho đối tượng tiềm năng nên nhỏ, gọn, đơn giản và hoạt động nhanh. Nên được thiết kế lại để thu thập lấy địa chỉ Email bằng cách trao đi những hứa hẹn về một tiện ích minh bạch.

Một khi bắt đầu thu thập lấy dữ liệu, hãy cẩn trọng gìn giữ chúng. Nỗ lực nâng cấp, học tập từ đó và khuyến khích người ta đến với website của mình thêm nữa. Trao cho người ta một lý do để ghé thăm. Yêu cầu của chúng ta phải thật đơn giản như, "cho biết tên của bạn và những gì cần biết, chúng tôi sẽ tìm giải đáp và mail trả lời cho bạn trong vòng năm phút." Trang web của chúng ta chỉ hiện hữu để khuyến khích người ghé thăm điền vào một mẫu thông tin. Kết quả cuối cùng chỉ là sự Đồng tình từ đối tượng tiềm năng và bắt đầu một mối quan hệ đồng tình lâu dài.

Đương nhiên là có chỗ để chúng ta giới thiệu về mình trong đó, nhưng trước tiên phải là sự Đồng tình trước đã.

11- Chướng ngại nào là lớn nhất mà các công ty sẽ phải đối mặt?

Chướng ngại đầu tiên thuộc về tổ chức. Chắc chắn là chúng ta không được huấn luyện để sẵn sàng với Marketing Đồng tình và còn đó biết bao nhiêu những mối quan tâm chuyên biệt sẽ tạo thành hầm hố ngăn trở trên lối chúng ta đi. Bằng nhiều cách, buổi bình minh của Marketing Đồng tình và sự ra đời của Internet đã ném nhiều công ty vào trong sự hoảng loạn, phải trăn trở, quyết định và rồi dẫn đến việc buộc phải nỗ lực tái tạo, xây dựng lại, hình thành những phương thức mới một cách chậm chạp và đau đớn.

Chướng ngại thứ hai sẽ là sự ham hố, nóng vội... Khi các hạt mầm của sự Đồng tình đã được gieo xuống, ta sẽ phải đối mặt với những áp lực đòi hỏi chúng ta phải nhanh chóng thu gặt lấy những vụ mùa chưa đủ tuổi để mau chóng bù đắp lại cho những chi phí đã bỏ ra. Nhưng, cũng như là cây trái, càng thu hoạch vội vã bao nhiêu càng làm cho cây gốc suy yếu đi nhanh chóng. Bỏ đó là quan trọng hơn là thu lượm, đặc biệt là trong giai đoạn khởi đầu.

Kiên nhẫn, nhất quán là những yếu tính tối quan trọng trong việc xây dựng các nỗ lực Marketing Đồng tình.

Chướng ngại thứ ba là dự kiến. Việc săn bắt lấy một khách hàng trên con đường hoạt động là có vẻ dễ dàng hơn nhiều. Việc hoạch định và tạo dựng trước được yêu cầu trong một chiến dịch Marketing Đồng tình có nghĩa là chúng ta phải tổ chức để có thể dự kiến trước, phải từ tốn chứ không phải giành giật một cách ngẫu nhiên.

#

- KẾT -

SOLOMO - GIẢI PHÁP MARKETING CỦA THỜI ĐẠI NET

Sự phát triển của Marketing trong thời đại mạng xã hội và smartphone

Năm 2010, sau sự phát triển chóng mặt của các mạng xã hội bắt đầu từ Facebook rồi Twitter, LinkedIn... và các loại điện thoại thông minh smartphone tiếp nối thế hệ của các O2, Nokia, iPhone... được đón nhận rộng rãi. Sự phát triển hầu như nằm trong dự kiến này đã mở ra những cơ hội hoàn toàn mới mẻ cho những người làm marketing và thuật ngữ SoLoMo đã xuất hiện để giành lấy cơ hội từ các hướng phát triển mới này.

Một doanh nhân, một nhà đầu tư mạo hiểm nổi tiếng ở Thung lũng Silicon của công ty Kleiner Perkins Caufield & Byers, người đã đầu tư thành lập các thương hiệu danh tiếng Compaq, Netscape, Symantec, Sun Microsystems, Drugstore.com, Amazon.com, Intuit, Google, Friendster, GO Corp và nhiều thương hiệu khác nữa - ông John Doerr đã nói đến thuật ngữ này lần đầu tiên vào giữa năm 2010 và từ đó, Solomo đã sống và thực sự đem đến một làn gió mới cho môi trường kinh doanh trong thời đại kỹ thuật số mới.

Đó là một từ ghép gồm những chữ đầu của ba từ - social, local, và mobile - được Doerr đặt ra nhằm nhấn mạnh tầm quan trọng của các mạng xã hội, marketing khu vực và các thiết bị di động như điện thoại thông minh (smart phone) hay máy tính bảng đối với việc kinh doanh. Từ ý tưởng này của ông Doerr, sự liên kết ba yếu tố này đã được tiếp nhận, mở rộng và rồi phát triển thành các chiến dịch marketing hay ngay cả các công ty hình thành trên căn bản Solomo, và rồi là các phần mềm ứng dụng chuyên biệt nhằm mục tiêu kết hợp và phát triển giao tiếp tương tác giữa các công ty và khách hàng cũng như đối tượng tiềm năng trên căn bản ba yếu tố này.

Cuối năm 2010, lần đầu tiên số lượng điện thoại di động bán ra trên thế giới vượt qua số lượng máy tính bàn với hơn 1,2 tỷ máy. Sự phát triển này của các loại thiết bị cầm tay đã tác động đến ý thức marketing và mở ra một môi trường marketing mới cho những người làm marketing trên toàn thế giới. Với cả tỷ người sử dụng điện thoại di động, rõ ràng đây là một môi trường marketing trực tiếp có tác động cực lớn mà những người làm marketing cần tới để vượt qua đám mây mù quảng cáo hỗn độn đang ảnh hưởng đến hiệu quả của mọi kế hoạch marketing.

Từ đó tới nay, thị trường thiết bị di động đã có nhiều thay đổi, số người sử dụng điện thoại di động đã vượt lên đến hơn 5 tỷ và đặc biệt là sự phát triển của các loại smartphone khi thống kê vào đầu năm 2012 cho thấy, có đến 1,08 tỷ người sử dụng smartphone trên toàn thế giới. Trong số lượng 80% người sử dụng điện thoại di động còn lại, phần lớn sử dụng các loại điện thoại có thể nối mạng internet chứ không còn bao nhiêu loại điện thoại thông thường chỉ để nghe, nói và nhắn tin như ngày nào nữa. Tuy sức tiêu thụ máy tính bảng chỉ mới đạt hơn 5% so với số lượng của các loại smartphone nhưng với sự phát triển của các loại máy tính bảng mini, có tính năng sử dụng như một smartphone cỡ lớn đã thực sự tạo thành một xu hướng mới dành cho các loại máy tính bảng cỡ nhỏ. Dự đoán là rồi xu hướng phát triển này sẽ dần xóa mờ lằn ranh phân biệt giữa smartphone và mini tablet.

Solomo đã gây xôn xao trong thế giới marketing, cộng thêm sự phát triển và sức tiêu thụ tăng vọt của các loại thiết bị di động như smartphone, tablet, khái niệm này đã thực sự trở thành một ý tưởng căn bản cho các chiến dịch marketing, quảng cáo và ý tưởng kinh doanh mới kể từ đó.

MO - Mobile marketing

Khi số người sử dụng điện thoại di động tăng trưởng mạnh, những người làm marketing đã suy nghĩ và tìm cách giành lấy lợi thế từ những ứng dụng đặc thù của điện thoại di động. Chiến dịch quảng bá bằng tin nhắn qua điện thoại di động V-2000 của Budweiser trong liên hoan âm nhạc V-Festival thường niên ở London của thương hiệu Virgin vào tháng Tám năm 2000 là chiến dịch mobile marketing đầu tiên được tiến hành trên thế giới.

Trong kỳ lễ hội đó, nhiều người dùng điện thoại di động ở London đã nhận được tin nhắn yêu cầu gởi từ "wassssup" đến những số điện thoại sẽ xuất hiện trên các màn hình ở khu lễ hội được tổ chức để có cơ hội giành được một số giải thưởng giá trị. Đương nhiên, các số điện thoại đó sẽ xuất hiện trong các đoạn quảng cáo Budweiser. Hiệu quả và sự đáp trả đầu tư ra sao, không cần bàn tới, chỉ chắc chắn là chiến dịch marketing tin nhắn đó của Budweiser đã tạo thành những nhận thức thương hiệu tuyệt vời cho công ty này và mở đầu cho một kỷ nguyên mobile marketing.

Vào lúc đó, các mẫu smartphone đầu tiên đã được giới thiệu từ vài năm trước nhưng công nghệ nối mạng Internet qua sóng truyền thông không dây chưa thực sự mở rộng và số người sử dụng vẫn còn rất giới hạn. Vì vậy, nỗ lực marketing với tính năng nhận và nhắn tin của các loại điện thoại di động của Budweiser thực sự là một sáng tạo đột phá được giới làm marketing hồ hởi đón nhận. Mobile marketing đã bước vào thế giới marketing kể từ đó. Sau chiến dịch marketing di động V-2000 của Budweiser, có nhiều công ty cũng như các siêu thị, cửa hàng đã ứng dụng marketing tin nhắn để quảng bá sản phẩm hay các chương trình khuyến mãi nhưng hiệu quả thế nào không được ghi nhận và phổ biến nên ít được các công ty lớn cũng như giới marketing chú ý.

Công nghệ thông tin trong những năm đầu thiên niên kỷ mới đã phát triển và mở rộng cực kỳ nhanh chóng, từ những điện thoại di động sử dụng sóng truyền thông không dây thế hệ thứ hai (2G) phụ thuộc vào các mạng internet wifi cố định đã chuyển sang dùng sóng truyền thông không dây thế hệ thứ 3 (3G) và có thể vào mạng Internet ở bất cứ đâu có sóng điện thoại. Sự phát triển này đã tác động đến môi trường mobile marketing mạnh mẽ.

Với công nghệ 3G được người sử dụng điện thoại di động ở khắp nơi trên thế giới đón nhận rộng rãi, năm 2005, hãng xe hơi Audi của Đức đã ứng dụng công nghệ mới để thực hiện một chiến dịch marketing di động nhằm giới thiệu mẫu xe TT Quattro Sport mới của họ. Hãng xe này đã gởi đến các số thuê bao điện thoại di động một liên kết tải một phần mềm nhỏ gọn để xem chi tiết từ bên ngoài đến nội thất của chiếc Audi mới TT Quattro Sport bằng hình ảnh 3D. Phần mềm 3D độc đáo đã góp phần tạo nên hiệu quả cho chiến dịch marketing này của Audi và đã thực sự tạo thành cơn sốt marketing di động.

Tỷ lệ phát triển cao của số lượng người sử dụng smartphone, tablet, và hiệu quả rõ ràng của các chiến dịch marketing di động nhằm vào mục tiêu là các đối tượng sử dụng thiết bị di động đã thực sự mở ra một xu hướng marketing mới. Mọi người làm marketing đều tập trung tìm hiểu và nỗ lực sáng tạo những chiến dịch marketing di động nhằm vượt qua sự hỗn độn của môi trường marketing quảng cáo đang càng lúc càng hỗn độn làm ảnh hưởng đến hiệu quả của mọi nỗ lực marketing. Tiếp tục thành công của chiến dịch marketing cho chiếc TT Quattro Sport, nhiều chương trình marketing di động đã ra đời, thành công có, thất bại có, dù sao những nỗ lực marketing đó cũng đã góp phần phát triển một xu hướng marketing đặt căn bản trên nền tảng những ứng dụng mới của các loại thiết bị di động.

Tháng Ba năm 2011, Volkswagen phát động một chiến dịch marketing thực sự sáng tạo, kết hợp quảng cáo in ấn với di động để giới thiệu mẫu xe Passat mới của họ. Trong quảng cáo in ấn cũng như trong quảng cáo trên các thiết bị di động giới thiệu một phần mềm người sử dụng có thể tải về và dùng iPhone lái ảo thử mẫu xe mới này trên con đường in trong quảng cáo in ấn bằng phần mềm thực tế ảo đã cài đặt. Vào thời gian đó iPhone đang là loại điện thoại smartphone được sử dụng nhiều nhất và chương trình quảng cáo này của Volkswagen lại được thực hiện ở Mỹ, nơi phần lớn người sử dụng điện thoại di động smartphone đều dùng iPhone. Việc lái thử một mẫu xe bằng phần mềm thực tế ảo trên một con đường ảo được in trên quảng cáo là một trải nghiệm lạ và mới đã kích thích nhiều người tải về phần mềm để lái thử trên trang quảng cáo trước mặt mình. Có thể nói, quảng cáo kết hợp này của Volkswagen đã kích thích và thúc đẩy những người làm marketing, kinh doanh, thiết kế phần mềm, sáng tạo nên những chương trình, những phần mềm kết hợp các khả năng marketing, quảng cáo, nâng cao và mở rộng các phương tiện marketing mới và tạo thành khả năng cho mobile marketing phát triển.

Sự phát triển của các loại thiết bị di động, đặc biệt là các loại smartphone, đã định hướng và thúc đẩy các lập trình viên sáng tạo nên những phần mềm, những ngôn ngữ lập trình để tạo thành những trang web nhỏ gọn với giao diện phù hợp hơn cho màn hình nhỏ bé của các loại smartphone và cũng từ đó tạo thành một môi trường Internet phong phú hơn.

LO - Marketing khu vực

Từ khi marketing đại chúng (mass marketing) không còn chứng tỏ được hiệu quả trên đáp trả từ đầu tư (ROI), những người làm marketing đã nỗ lực sáng tạo ra nhiều phương cách marketing mới lạ để vượt qua sự hỗn độn của môi trường quảng cáo marketing trong những năm đầu thiên niên kỷ mới đã quá bừa bộn. Trong những phương cách marketing mới đó có local marketing (marketing khu vực) nhằm tập trung vào những nhóm người đang có mặt chung quanh khu vực hoạt động của một thương hiệu, một cửa hàng, một điểm bán hay một nhà hàng.

Loại bỏ đi 99,99% đối tượng tiềm năng đại chúng để chỉ tập trung vào 0,01% đối tượng mục tiêu đang có mặt chung quanh nơi mình hoạt động với những thông điệp cá nhân hóa cao và định hướng minh bạch để có thể hấp dẫn được 10% số người trong nhóm này trên mức độ hàng ngày là hoàn toàn hiệu quả hơn so với hấp dẫn được 0,01% của 99.99% trên mức độ tháng hay ngay cả nhiều tháng. Với ý tưởng này, những người làm marketing đã sáng tạo nên marketing khu vực và các hoạt động của họ đã chứng tỏ hiệu quả.

Định hướng vào những mục tiêu đại chúng rộng lớn chỉ đem lại cho chủ quảng cáo hay người làm marketing một cảm giác có vẻ hiệu quả khi thông điệp marketing của họ có khả năng được trưng ra trước mắt hàng trăm ngàn, hàng triệu người, nhưng số lượng đối tượng thực sự nhìn thấy thông điệp này chỉ là một tỷ lệ hết sức nhỏ nhoi, thường chỉ đạt 0,01% trên tổng số đối tượng dự kiến. Trong số những đối tượng nhìn thấy thông điệp đó, con số thực sự đọc và hiểu lại còn nhỏ nhoi hơn nữa. Giả sử chúng ta chọn đăng quảng cáo trên một tuần báo có số lượng phát hành 500.000 bản với hy vọng là có hàng triệu người sẽ đọc tờ tạp chí đó. Điều đáng nói là những hy vọng như một vài phần trăm trong tổng số người đọc sẽ nhìn thấy quảng cáo của mình lại hoàn toàn không thực tế chút nào. Trên thực tế, có một vài phần trăm người nhìn thấy quảng cáo đó nhưng họ chỉ nhìn thấy mà không hề nhận thức đó là quảng cáo về cái gì! Họ chỉ thoáng nhìn qua trong khi lật trang hoặc tìm kiếm những gì họ quan tâm mà thực sự không hề nhận thức. Chúng ta có thể hy vọng một vài phần trăm số người thoáng nhìn thấy đó nhận thức được đó là quảng cáo của mình nhưng con số những người nhận thức đó chấp nhận đọc thông điệp lại là một số phần trăm tỷ lệ nhỏ hơn nữa. Cuối cùng, những người đã đọc qua thông điệp của chúng ta và thực sự hiểu được điều chúng ta muốn truyền đạt lại là một con số nhỏ hơn nhiều. Còn tệ hơn nữa khi trong số lượng nhỏ nhoi cuối cùng còn lại đó, số người thực sự quan tâm tìm hiểu hay tìm đến với chúng ta vẫn chỉ là một con số phần trăm nhỏ hơn nhiều lần!

Sự hỗn độn của môi trường quảng cáo marketing ngày nay đã tác động và làm cho người đọc hay xem không còn có thể tập trung chú ý đến những quảng cáo nữa. Họ chỉ chú ý khi thực sự đang muốn tìm hiểu hay mua một món gì đó! Ngay cả lúc này, khi chủ tâm tìm kiếm, họ cũng khó có thể tìm ra những gì đang cần bởi điều họ tìm kiếm nằm lẫn lộn trong hàng trăm quảng cáo hay thông điệp tương tự khác!

Với marketing khu vực, sự việc hoàn toàn có thể xảy ra khác hẳn. Chúng ta không nỗ lực quảng bá đến hàng trăm ngàn hay hàng triệu người mà chỉ tập trung vào những người đến gần nơi chúng ta hoạt động trong bán kính chừng 1000, 2000 m mà thôi. Tùy theo địa điểm hoạt động của mình, ở khu vực có đông người qua lại hay không, chúng ta chỉ tập trung marketing đến khoảng 5, 10 ngàn người đang đến gần nơi chúng ta hoạt động. Bởi những người này đang ở gần nơi chúng ta hoạt động, một phần lại là những người đang đi mua sắm, nếu thông điệp của chúng ta được thực hiện tốt và hấp dẫn được họ, tỷ lệ thu hút được vài phần trăm tổng số người này là hoàn toàn hiện thực. Mỗi ngày thu hút được vài trăm hay vài ngàn người đến với nơi mình đang hoạt động là quá lý tưởng và thực sự hiệu quả.

Marketing khu vực đã chứng tỏ hiệu quả cao khi áp dụng cho những chương trình khuyến mãi, bán hàng đặc biệt... của các siêu thị, cửa hàng, nhà hàng, quán ăn... Có những người đi mua sắm với định ý sẵn là sẽ mua một món gì đó mà họ muốn mua nhưng cũng có những người chỉ đi mà không chắc sẽ mua những gì. Ngay cả những người đã định mua một món gì đó cũng có thể không mua nếu không tìm thấy gì đó ưng ý nhưng... khi biết được có chương trình khuyến mãi hay bán hàng đặc biệt, họ sẽ mua cho dù có thể chưa thực ưng ý hay cần mua món hàng được khuyến mãi. Chính vì vậy, marketing khu vực chứng tỏ được hiệu quả bởi đã nhắm đúng vào các đối tượng đang sẵn sàng để tìm hiểu hoặc mua hàng. Thực tế là vậy, nhưng đừng để cho thực tế này giới hạn trí sáng tạo của mình, chúng ta hoàn toàn có thể ứng dụng marketing khu vực vào những nỗ lực không liên quan đến bán hàng như xây dựng thương hiệu, tạo thành nhận thức, tạo lập niềm tin... Không gì có thể giới hạn trí tưởng tượng của chúng ta ngoại trừ chính nhận thức "không thể" của mình.

SO – Social Marketing

Nói đến sự phát triển của mạng xã hội là phải nói đến Facebook - mạng xã hội phát triển và mở rộng nhanh nhất thế giới, trang web tạo nên những tác động tích cực đối với sự phát triển nền tảng người sử dụng Internet và khởi động một xu hướng phát triển mới.

Không phải là trang web đầu tiên cung cấp dịch vụ mạng xã hội miễn phí nhưng Facebook là trang web đã tác động và tạo thành xu hướng tham gia và sử dụng mạng xã hội rộng rãi trên toàn thế giới. Là trang web dịch vụ mạng xã hội hàng đầu thế giới với 955 triệu người đăng ký thành viên chính thức được ghi nhận vào tháng Sáu 2012, 1 tỷ vào tháng Tư 2014 và rồi 1,32 tỷ vào tháng Bảy 2014, có lẽ

Facebook sẽ mãi là trang web dịch vụ mạng xã hội hàng đầu thế giới khi trang web đứng thứ hai - Twitter chỉ đạt hơn 500 triệu thành viên chính thức và trang đứng hàng thứ ba - LinkedIn chỉ mới đạt 175 triệu thành viên! Nếu có gì thay đổi... chắc phải còn lâu lắm mới có được một trang mạng xã hội có được số thành viên tương đương hay vượt qua số lượng thành viên của Facebook.

Vì sao Facebook có thể nhanh chóng vươn lên trở thành trang mạng xã hội hàng đầu chỉ trong vài năm? Có một số yếu tố đã tạo thành điều kiện thuận lợi cho Facebook phát triển và mở rộng nhanh chóng. Sự bùng nổ số lượng người sử dụng Internet trên toàn thế giới, sự phát triển chóng mặt của các loại smartphone và người sử dụng smartphone... nhưng... điểm chính yếu là vì họ không ngừng cải tiến và sáng tạo các ứng dụng , tiện ích mới để người sử dụng càng lúc càng dễ dàng chia sẻ thông tin cũng như tìm thêm và mở rộng danh sách bạn bè của mình. Trong số các sáng tạo mới đó, friendshake (hay findfriendnearby) là ứng dụng quan trọng nhất đối với sự phát triển của marketing mạng xã hội! Ứng dụng này cùng với Hệ thống Định vị Toàn cầu GPS được cài đặt sẵn trong hầu hết các smartphone đã thực sự tạo thành động lực phát triển cho Facebook và góp sức tạo nên một cuộc cách mạng đối với môi trường marketing trong những năm đầu thập kỷ 2010.

Câu chuyện sau có thể cho chúng ta một cái nhìn về sức mạnh marketing có thể giành được từ một trang mạng xã hội. - Đầu tháng Tám 2012, tạp chí Adweek đăng một câu chuyện về một người tên Brandon Cook, ở Wilton, New Hampshire. Cuối tháng 7, Brandon Cook ghé thăm bà của mình đang nằm bệnh viện. Đau đớn vì ung thư, bà của Cook nói với anh là chỉ ước có được một tô súp trai ưa thích ở tiệm Panera Bread thay vì phải ăn loại súp chán ngắt của bệnh viện. Điều đáng nói là Panera chỉ bán súp trai vào thứ Sáu và hôm đó lại không phải là thứ Sáu! Không chấp nhận hoàn cảnh, Cook đã gọi đến tiệm Panera ở địa phương đó và yêu cầu được nói chuyện với người quản lý. Anh đã gặp nói chuyện với Suzanne Fortier và cô này đã chấp nhận nấu đặc biệt phần súp trai đó cho bà của Cook. Khi súp được giao đến bệnh viện, bà của Cook không chỉ có được tô súp như ước muốn mà còn nhận thêm một hộp bánh là quà tặng của nhân viên cửa hàng Panera đó dành cho bà!

Không mấy ai được biết câu chuyện nhỏ đó nhưng Cook vì cảm kích đã đăng câu chuyện của mình lên Facebook và mẹ của Cook, bà Gail, đăng lại câu chuyện của anh trên trang Facebook/Panera's Fan. Bài của bà Gail nhanh chóng giành được hơn 500.000 like và 22.000 bình luận! Chỉ với hành động nhỏ bé nằm ngoài trách nhiệm phục vụ này, Suzanne Fortier và nhân viên của mình đã tạo thành được nhận thức to lớn cho thương hiệu Panera Bread mà khó có một nỗ lực marketing nào có thể dễ dàng giành được.

Các trang mạng xã hội như Facebook, Twitter, LinkedIn... ngày nay là những yếu tố cực kỳ quan trọng đối với các nỗ lực marketing khi thống kê cho thấy - 63% thành viên các mạng xã hội có khuynh hướng sử dụng các công ty, thương hiệu, địa phương nếu các công ty hay thương hiệu đó có trang hay được thông tin trên mạng xã hội.

Solomo marketing và Content Marketing

Thực hành Solomo marketing bằng cách tập trung phối hợp cả ba phương tiện - social, local và mobile - trong một chiến dịch marketing hỗn hợp với Ý thức Marketing Đồng tình sẽ tạo thành động lực nhân bội hiệu quả và khả năng cho các nỗ lực marketing. Bởi môi trường đặc thù của các phương tiện marketing này, để có thể thực sự nhân bội khả năng và hiệu quả cho nỗ lực Solomo marketing, chúng ta cần phải chú ý đến các yếu tố sau đây khi xây dựng một kế hoạch marketing cho thương hiệu hay sản phẩm của mình.

- Xây dựng một trang web mobile (wap) dành cho các thiết bị di động, đây là một điều kiện phải có đối với website ngày nay

- Bảo đảm những người ghé đến trang web của mình có thể dễ dàng chia sẻ thông tin có được từ website của chúng ta với mọi người và trên các trang mạng xã hội như Facebook, Twitter...

- Bảo đảm có đủ các tính năng mà người sử dụng cần có đối với một trang web di động và thiết kế các nút chia sẻ tập tin lớn và dễ nhìn thấy.

- Sử dụng các trang mạng xã hội để lan truyền đi thông tin về thương hiệu, về sản phẩm hay dịch vụ của mình.

- Đơn giản hóa đến mức tối đa cách sử dụng các tính năng của trang web.

Có một điều chúng ta nên quan tâm khi thực hành Solomo marketing, đó là ứng dụng marketing nội dung (content marketing) vào các nỗ lực marketing của mình. Với một nội dung có sức tác động và đáng chú ý như trong câu chuyện về Panera Bread được nói đến ở trên, tên sản phẩm hay thương hiệu của chúng ta sẽ dễ dàng được lan truyền nhanh chóng trong các cộng đồng.

Yếu tố làm cho các nỗ lực marketing nội dung, di động, khu vực hay mạng xã hội, dễ dàng được số đông chấp nhận và lan truyền là vì tính Đồng tình thường ẩn chứa trong nội dung các câu chuyện mà marketing sử dụng để lan truyền. Không cảm nhận được sự đồng tình đối với nội dung được marketing, không ai muốn lan truyền đi câu chuyện họ biết cho dù có dễ dàng bao nhiêu. Dù thực hành phương pháp marketing nào đi nữa, điều quan trọng là phải giành được sự đồng tình từ các đối tượng marketing.

#

Tất cả những điều trên chắc chắn chưa phải là tất cả những gì chúng ta sẽ phải đối mặt khi lần đầu tiên đến với ý thức Marketing Đồng tình hay Solomo, nhưng cứ bắt đầu đi và rồi chúng ta sẽ có thể tự mình trả lời cho những vấn đề khác nảy sinh trong quá trình hoạch định và thể hiện của mình. Chúng ta phải đi thì mới có thể đến, ta không thể cứ ngồi đó mà mong núi sẽ tự đến với mình. Hành động luôn đáng giá hơn cứ ngồi yên với những gì quen thuộc.

#

MARKETING Trong
Thời đại NET

Ấn bản 2015

***

Trình bày & thiết kế bìa: **Thái Hùng Tâm**

Thực hiện: **Vầng Trăng Việt**

Liên hệ: **Nhóm tác giả Vầng Trăng Việt**
Mobile: +84 903 602986
email: vangtrangviet.sach@gmail.com
website:http://thaihungtam-blog.blogspot.com